तुका आकाशाएवढा

प्रा. सुरेश भास्करराव गर्जे

#AnyoneCanPublish with
सकाळ प्रकाशन

#AnyoneCanPublish with

सकाळ प्रकाशन

Tuka Aakashaevadha

तुका आकाशाएवढा

प्रथम आवृत्ती	:	ऑक्टोबर, २०२३
प्रकाशक	:	सकाळ मीडिया प्रा. लि. ५९५, बुधवार पेठ, पुणे ४११ ००२
संपादन	:	ऐश्वर्या कुमठेकर
मुखपृष्ठ	:	यशोधन लोवलेकर
मांडणी	:	भाग्यश्री अक्कलकोटे
ISBN	:	978-81-962345-4-6
संपर्क	:	020-2440 5678 / 88888 49050 sakalprakashan@esakal.com

उस्मानाबाद (धाराशिव) येथील
श्री संत ज्ञानेश्वर मंदिर संस्थानचे अध्यक्ष
श्रीमान वसंतराव संभाजीराव नागदे यांना अर्पण...

प्रस्तावना

संत तुकाराम महाराजांना वैकुंठगमन करून साडेचारशे वर्षे झाली असून पन्नास वर्षांनी त्यांची पंचजन्मशताब्दी साजरी होईल. पुण्यापासून ३० किमी अंतरावर इंद्रायणीच्या तीरावर वसलेल्या देहू गावामध्ये मोरे घराण्यात बोल्होबा आणि माता कनकाईच्या पोटी त्यांचा जन्म झाला. घराण्यात पंढरपूर वारीची परंपरा होती, ती आजतागायत कायम आहे.

दुष्काळामध्ये संसाराची वाताहत झाली. दिवाळे निघाले, सावकारी बुडाली, किराणा दुकान बंद पडले. तुकोबारायांच्या शब्दात, *'दुष्काळी आटिले द्रव्य नेला मान, स्त्री एकी अन्न अन्न करिता मेली.'* तुकोबांचे मायबाप लहानपणीच वारले. बायको रखमाबाई अन्नान्न करून उपाशी अवस्थेमुळे वारली. शिवाजी नावाचा मुलगा वारला. तुकोबांची दुसरी बायको पुण्यातील आप्पाजी गुळवे यांची कन्या जिजाबाई. पत्नी खाष्ट स्वभावाची, पण पतिव्रता. वयाच्या विशीत संसाराची जबाबदारी तुकोबांवर पडली. संकटामागून संकटे येत गेली. मानवी जीवनात संकटे एकटी येत नसतात. संकटांची रांग लागत असते. तुकोबांचे मन उदास झाले. संसाराच्या तापाने विटले. माणसाला संकटात देव आठवतो. घराण्याचे दैवत पांडुरंग, परंपरा वारीची, विठ्ठल भक्तीची. तुकोबांनी स्वतःच कवित्वाची स्फूर्ती कशी झाली, हे सांगितले आहे. *'मानियेले स्वप्नि गुरूचा उपदेश । धरीला विश्वास दृढनामी । यावरी झाली कविताची स्फूर्ती । पाय धरीले चित्ती विठोबाचे ।।'* संसाराविषयी वैराग्य उत्पन्न झाले. पण याबद्दल तुकोबांची तक्रार नव्हती. ते एका अभंगात म्हणतात, *'बरे झाले देवा, निघाले दिवाळे'* तुकोबा विठ्ठल भक्तीच्या मार्गी लागले. अभंगाची निर्मिती करू लागले. अभंगगाथा निर्माण झाली ज्यात चार हजार दोनशेच्या आसपास अभंग उपलब्ध आहेत. सर्वच अभंग आगळेवेगळे आहेत. अर्थपूर्ण, संत माहात्म्याने आणि विठ्ठल भक्तीने ओतप्रोत आहेत. सोळाव्या शतकात संत तुकारामांनी समाजप्रबोधनात्मक, सुधारणात्मक, क्रांतिकारक विचार अभंगातून

मांडले आहेत. धर्माचरणातील ढोंगीपणा आणि धार्मिकतेवर शब्दांचे प्रहार केले आहेत. अंधविश्वासावर प्रखर टीका केली आहे. अंधश्रद्धा निर्मूलनाच्या दृष्टीनेही अनेक अभंगांची रचना केली आहे. चारशे वर्षांपूर्वीच्या समाजव्यवस्थेत त्यांनी दाखविलेले धाडस कौतुकास्पद आहे. संतांच्या नामावलीत समाजसुधारणेच्या संदर्भात संत तुकारामांना उच्च स्थान प्राप्त आहे. वारकरी संप्रदायात क्रांतिकारी विचार मांडणारे संत तुकाराम अग्रदूतच आहेत, असे सर्वमान्य आहे. संत ज्ञानेश्वर माउलींनी संस्कृतमधील भगवद्‌गीतेचा भावार्थ प्राकृत मराठी भाषेत लिहून आध्यात्मिक क्षेत्रात क्रांतीचा पाया रचला. त्यावर तुकाराम महाराजांनी कळस चढविला. यासाठी 'तुका झालासे कळस' असे महाराजांचे वर्णन केले जाते. त्यांच्या अभंगगाथेतील काही अभंगांचे विवेचन करण्याचा प्रयत्न या ग्रंथात करण्यात आला आहे. सर्वच अभंग समाविष्ट करणे शक्य नाही. त्यासाठी काही निवडक अभंगांवर निरूपण करण्याचे धाडस केले आहे. त्यातील चुका या माझ्या समजुतीच्या मर्यादा आहेत, हे प्रामाणिकपणे नमूद करतो.

अभंगगाथेतील सर्वच अभंगांचे वाचन, मनन, चिंतन आणि अभ्यास करणे आवश्यक आहे. अभंगांची भाषा वरवर पाहता सोपी, सुलभ व्यवहारातील शब्दांनी नटलेली असली, तरी अर्थाच्या दृष्टीने सखोल तत्त्वज्ञानाने संपन्न आहे. वेद-उपनिषदे अशा गहन धार्मिक तत्त्वज्ञानाने समृद्ध ग्रंथांतील आशय महाराजांच्या चार-पाच चरणांच्या अभंगरचनेत सामावला आहे. हे काव्यरचनेतील प्रतिभेचे मूर्त स्वरूप आहे. नामस्मरण, विठ्ठलनिष्ठा, संतांचे उपकार, भजन, कीर्तनाचे महत्त्व, विठ्ठल रखुमाई या मायबापाप्रति अनन्यभाव आणि समाजाच्या कल्याणाची आंतरिक तळमळ ही अभंगांची प्रमुख वैशिष्ट्ये आहेत.

तत्कालीन समाजाने अतोनात त्रास दिला असतानाही संतांनी त्याविरुद्ध ब्र काढला नाही, विनम्र भावाने तो सोशिकपणे सहन केला, हेच संतांचे श्रेष्ठत्व आहे, वैशिष्ट्यही आहे. एवढे असूनही 'बुडती हे जन न देखवे डोळां' अशी भावना त्रास देणाऱ्या तत्कालीन समाजबांधवांविषयी महाराज व्यक्त करतात. हे भाव व्यक्त करताना समाजाविषयीची करुणा महाराजांच्या वृत्तीतून जशी प्रकट होते, तशीच लीनताही महाराज प्रकट करतात. प्रसंगी मेणाहुनी मऊ आणि वज्राहून कठोर या आविर्भावातही महाराजांचे दर्शन होते. दांभिकतेच्या विरोधात महाराज आसूड उगारताना दिसतात. परंतु, कठोरता हा महाराजांचा स्थायिभाव अजिबात नाही. केवळ तो अभंगातून अधून मधून अभावानेच प्रकट होतो, हेही वास्तव आहे. समाजकल्याणाची महाराजांची आंतरिक ओढ ही अनिष्ट रूढी, परंपरेवर घाव घालण्याच्या मुद्रेत येण्यास भाग पाडते. त्यांची तळमळ लक्षणीय आहे, हेच मुद्रेतून दिसते.

महाराष्ट्रातील संतांनी समतेचा विचार आपापल्या रचनेतून मांडला आहे. तत्कालीन

परिस्थितीच्या संदर्भात त्यांनी दाखविलेले धाडस स्तुत्य आहे. छत्रपती शिवाजी महाराजांच्या राज्याभिषेकाला तत्कालीन धर्ममार्तंडांनी नकार दिला. ज्या विभूतीने स्वतःच्या बळावर स्वराज्याची स्थापना केली, त्या पराक्रमी पुरुषाला तत्कालीन समाजाच्या कोत्या मानसिकतेला तोंड द्यावे लागले, तेही सामर्थ्यशाली असताना! संतांनी तर विचार मांडण्याचे धाडस केले, तेही इतर कुठलेही सामर्थ्य नसताना! समाजातील अंध आणि अनिष्ट चालीरीतींवर शब्दांची रचना करून शब्दरूपी शस्त्राचे घाव घालण्यात कसूर केली नाही. हे कार्य काही कमी महत्त्वाचे नाही, हे समजून घेणे आवश्यक आहे. समाजातील दुष्ट प्रवृत्ती नष्ट व्हाव्यात, यासाठी ज्ञानामृताचे सिंचन करण्याचे महान कार्य वारकरी संप्रदायातील संतांनी केले आहे. या पार्श्वभूमीवरच भावी काळात महाराष्ट्रातील विचारवंतांच्या क्रांतिकारक विचारांची पार्श्वभूमी तयार झाली आहे, असा माझा समज आहे. भावी काळातील महात्मा जोतीबा फुले, छत्रपती शाहू महाराज, डॉक्टर बाबासाहेब आंबेडकर, संत गाडगे महाराज, संत तुकडोजी महाराज, लोकहितवादी आगरकर आणि बॅरिस्टर सावरकर यांच्या विचार संपदेचा परिणाम हा महाराष्ट्राच्या पुरोगामीत्वाचा पाया आहे. या विचारांच्या प्रेरणेचा स्त्रोत संत वाङ्मयात आढळतो. महाराष्ट्राचे संत वाङ्मय हे महाराष्ट्राचे नव्हे तर समस्त मानवजातीचे भूषण आहे, अशी माझी ठाम समजूत आहे.

महाराष्ट्रातील भाषिक क्रांती, सामाजिक क्रांती, वैचारिक क्रांती आणि समता-भूतदयेच्या विचारांचा पाया संत ज्ञानेश्वर माउलींनी रचला. मराठी या गोड भाषेतून ज्ञानामृताचा वर्षाव संतांनी केला. सर्वसामान्यांपर्यंत सोप्या पद्धतीने आध्यात्मिक विचार पोहोचले. माउलीच्या ओव्या, ज्ञानेश्वरी, हरिपाठ, अमृतानुभव, चांगदेव पासष्टी तसेच जगद्गुरू संत तुकारामांची अभंगगाथा हे वाङ्मय आणि इतर सर्व संतांच्या रचना हे मराठी भाषेचे भूषण आहे. याचा सार्थ अभिमान महाराष्ट्रवासीयांना निश्चितच आहे.

संतसाहित्यातून प्रेरणा, संतांचे आशीर्वाद, संतांची कृपा आणि त्यांच्या इच्छेमुळेच आध्यात्मिक क्षेत्रात लेखनकार्य शब्दांकित करण्याचे कार्य होत असावे, अशी माझी समजूत आणि दृढविश्वास आहे. ही वाङ्मयीन सेवा करून घेण्यामागे 'श्रीं'ची इच्छा, पंढरीच्या विठ्ठलाचा हात असावा, अशी माझी भावनाही आहे. *'चालवीसी हाती धरूनिया'* असेच मला शब्दांकन करताना वाटत आहे. मी निमित्त असून करता करविता तो दयाघन पांडुरंग आहे, अशी माझी अतिश्रद्धा आहे. याच धर्तीवर मी असे म्हणेन की *'लिहवीसी हाती धरूनिया.'*

प्रा. सुरेश भास्करराव गर्जे

☆☆☆

मनोगत

जगद्गुरू संत तुकाराम महाराजांनी वेद, उपनिषदे आणि गीतेतील आध्यात्मिक ज्ञान अभंगांची रचना करून प्रकट केले. कै. बाबूराव हरी देवडीकर संग्रहित 'तुकाराम गाथा' वारकरी संप्रदायात मान्यताप्राप्त आहे. या गाथेत एकूण चार हजार ब्याणणव अभंग आहेत. संत तुकाराम महाराजांचे सर्वच अभंग आध्यात्मिक ज्ञानाने परिपूर्ण आणि समृद्ध आहेत. संत तुकारामांनी भक्तिपंथाचे प्रभावीरीत्या भाविकांना मार्गदर्शन केले आहे. परमेश्वराच्या साकार रूपाचे निरूपण केले, नंतरच्या काळात निराकार ईश्वराचे वर्णन अभंगातून केलेले आढळते. महाराजांच्या लिखाणात हे परिवर्तन घडवून आले आहे. संतसंगतीचे आणि त्यांचे अतूट प्रेम अनेक अभंगांतून व्यक्त होते. विठ्ठल भक्तीसंबंधीचे अनेक अभंग महाराजांनी रचले आहेत. सर्वश्रेष्ठ काव्य प्रतिभेचा परिचय त्यांच्या अभंगातून दिसून येतो. तत्कालीन समाजातील अंधश्रद्धा, अनिष्ट रूढी-परंपराच्या विरोधी काही अभंगरचना त्यांनी केलेल्या आहेत. त्या रचनांचा उद्देश प्रामुख्याने समाजाला योग्य दिशेने मार्गदर्शन आणि सामाजिक सुधारणा हा आहे. त्यामुळे त्यांच्या या भूमिकेचे वर्णन 'विद्रोही तुकाराम' असे काही विद्वानांनी केले आहे. संत तुकारामांच्या या भूमिकेमुळे त्यांना जगद्गुरू या संबोधनाने गौरविले जाते.

समाजाविषयीच्या तळमळीने समाजाचा उद्धार करण्याच्या उद्देशाने महाराजांनी अभंगांच्या रूपाने प्रहार केले आहेत. समाजात जागृती व्हावी, कपट, दांभिकपणा नष्ट व्हावा, आचरण निर्दोष व्हावे, यासाठी महाराजांनी आपल्या लेखणीचे फटकारे समाजव्यवस्थेवर ओढले. जगद्गुरू संत तुकाराम महाराजांच्या प्रेरणेने आणि कृपाशीर्वादाने त्यांच्या काही अभंगाचा भावार्थ लिहिण्याचे धारिष्ट्य मी या ग्रंथात केले आहे. माझ्या आकलनाच्या मर्यादांची संपूर्ण जाणीव मला आहे. संत तुकाराम महाराजांचे विचार लोकांपर्यंत पोहोचावेत, या दृष्टीने अभंगांचा आशय व्यक्त करण्याचा प्रयत्न म्हणून याकडे बघावे. गाथेतील काही अभंगांवर माझ्या परीने निरूपण केले

आहे. निवडक अभंग असले तरी महाराजांच्या गाथेतून अभंगांची निवड करणे, हा हेतू नाही. कारण महाराजांचे सर्व अभंग अप्रतिम आहेत. आशय आणि अभिव्यक्ती, शब्दांची रचना आणि जनकल्याणाची तळमळ शब्दाशब्दांतून व्यक्त होते. महाराजांची भावना *'बुडती हे जन न देखवे डोळां'* अशी आहे.

जगद्‌गुरू संत तुकाराम महाराजांच्या चरणी नमन.

हे चिंतन पुस्तकरूपात येण्यासाठी ज्यांनी मेहनत घेतली त्यामध्ये प्रामुख्याने सकाळ प्रकाशनाचे प्रमुख आशुतोष रामगीर, अमृता देसर्डा, संपादक ऐश्वर्या कुमठेकर, यशोधन लोवलेकर आणि भाग्यश्री अक्कलकोटे यांचा समावेश आहे. त्यांचे मनापासून आभार व्यक्त करतो.

प्रा. सुरेश भास्करराव गर्जे

☆ ☆ ☆

१

सुंदर ते ध्यान उभे विटेवरी । कर कटावरी ठेवूनिया ॥
तुळसी हार गळा कांसे पीतांबर । आवडे निरंतर हेचि ध्यान ॥
मकर कुंडले तळपती श्रवणी । कंठी कौस्तुभमणि विराजित ॥
तुका म्हणे माझे हेचि सर्व सुख । पाहीन श्रीमुख आवडीने ॥

जगद्‌गुरू संत तुकाराम महाराजांचा हा सर्वपरिचित अभंग आहे. विटेवर उभा असलेल्या पंढरपूरच्या पांडुरंगाचे वर्णन प्रस्तुत अभंगात महाराज करतात. युगानुयुगे विटेवर विराजमान असणाऱ्या विठू माउलीच्या रूपाचे वर्णन अभंगाच्या पहिल्या चरणात केले आहे. पांडुरंगाचे रूप कसे आहे? विठुरायाच्या रूपाचे वर्णन 'सुंदर ते ध्यान' या शब्दात महाराज करतात. वारकरी आणि समस्त संत जनांची माउली पांडुरंग आहेत. म्हणून समस्त वारकरी संप्रदायासाठी पांडुरंग हे 'विठू माउली' आहेत. माय लेकराचे हे नाते असून लेकरांच्या नजरेत माय ही सौंदर्याचा पुतळा असते. त्याचप्रमाणे मातेच्या दृष्टीत लेकरूही मूर्तिमंत सौंदर्यच असते. लेकरू काळे असो, नकटे असो की शेंबडे असो, आईला स्वतःचे मूल अत्यंत प्रियही असते आणि अतिसुंदरही वाटत असते. तद्वतच मुलालाही स्वतःची आई माउली असते आणि जगातील कोणत्याही इतर स्त्रियांपेक्षा ती सुंदर वाटत असते. याचे कारण काय? मातेच्या अंतःकरणात स्वतःच्या अपत्याबद्दल वात्सल्यभाव असतो. तिच्या बाळाचे तिला अप्रूप असते आणि जगातील इतर कोणत्याही महिलेच्या बालकाच्या तुलनेत कोडकौतुकही अधिक असते. माय लेकराचे हे नाते जगातील इतर कोणत्याही नातेसंबंधांच्या तुलनेत वात्सल्यभावाने ओलेचिंब झालेले असते. परस्परांवरील पराकोटीच्या प्रेमामुळे कुरूप माताही बाळाला सुंदर वाटते. तर बालकाचा जन्म हा मातेच्या उदरातून झालेला असल्याने तिच्याशी बाळाची नाळ जोडलेली असल्यामुळे त्या बाळावरील निस्सीम प्रेमाने तिचे हृदय ओतप्रोत

भरलेले असते. तिच्या अंतःकरणात प्रेमाची भरती, वात्सल्याचे उधाण आलेले असते. जे सुंदर असते, त्यावर प्रेम असते किंवा ज्याच्यावर प्रेम आहे ते सुंदर दिसते, असेही म्हणता येते. व्यवहारात अशी एक म्हण आहे की, नकटीवर मन बसले असता, ती सुद्धा पद्मिनीसारखी सुंदर वाटते. सुंदर दिसणे हा प्रेमभावाचा परिणाम असतो. सौंदर्याची कल्पना व्यक्तिसापेक्ष असते. सौंदर्य संकल्पनेचे निश्चित मापदंड सांगता येत नाहीत. सुंदर असणे आणि सुंदर भासणे यात म्हणूनच फरक असतो. अंतःकरणातील भावभावनांचा हा खेळ असतो. इंग्रजीमध्ये एक म्हण आहे, *'Beauty lies in the eyes of the beholder'* अर्थात सौंदर्य हे पाहणाऱ्याच्या दृष्टीत असते.

संत तुकारामाचे परमदैवत पांडुरंग आहेत. महाराजांचे पंढरपूरच्या विठू माउलीवर निस्सीम प्रेम आहे, अपरिमित भक्ती आहे. या भक्तिभावामुळेही पांडुरंगाचे रूपसौंदर्य दर्शनार्थी भाविक भक्तांना मोहविणारे आहे. मात्र, यासाठी अंतःकरणात उत्कट भक्तिभाव असणे आवश्यक आहे. *'भाव तैसा देव'* असे यासाठीच म्हटले जाते. एखाद्या नास्तिकाला देवाची मूर्ती काळा पाषाण भासेल. कारण तेथे प्रेम, भक्ती किंवा भाव नाही. नास्तिक व्यक्तीच्या दृष्टीत या भावनांचा लवलेशही नसतो. परिणामतः पांडुरंगाची किंवा कोणत्याही देवाची मूर्ती नास्तिक व्यक्तीला सुंदर वाटणारच नाही. मूर्तीकडे पाहून तो म्हणेल, ''अहो ही तर काळ्याकुट्ट, गुळगुळीत पाषाणाची मूर्ती आहे. पांडुरंगाच्या चेहऱ्यावरील, गालावरील खडबडीतपणा त्या नास्तिकाला मूर्तीत सौंदर्य आढळणारच नाही. कारण त्याची मनोभूमिका वेगळी आहे. त्याच्या मनाला सौंदर्याची अनुभूती येणारच नाही. मन जेव्हा प्रेमाच्या रंगात रंगलेले असते, प्रीतिभाव जेव्हा मूर्तीशी जुळलेला असतो आणि अंतःकरणात भक्तीचे तरंग उसळत असतात, तेव्हाच देवाच्या मूर्तीतील असाधारण दिव्यत्वाचा आणि सौंदर्याचा साक्षात्कार होऊन अंतःकरण आनंदविभोर होते. महाराज अभंगाच्या पहिल्या चरणात पांडुरंगाच्या मूर्तीचे वर्णन 'सुंदर ते ध्यान' या शब्दात करतात. पांडुरंगाची मूर्ती महाराजांना अतिसुंदर वाटते. कारण महाराजांच्या नेत्रात विठू माउलीप्रती प्रेम आणि भक्तिभाव आहे. महाराजांनी दुसरा शब्द 'ध्यान' असा योजिला आहे. येथे ध्यान म्हणजे पांडुरंग होय. ध्यान हा शब्द विठ्ठलाला संबोधून आहे. हा पांडुरंग कसा आहे? पांडुरंगाचे नेत्र अर्धोन्मिलित आहेत. जणू काही पांडुरंग ध्यानावस्थेत आहेत, ध्यानमग्न आहेत असे वाटते. यासाठीच महाराजांनी 'ध्यान' या शब्दातून पांडुरंगाच्या मूर्तीचे वर्णन केले असावे. 'सुंदर ते ध्यान' याचा साधा, सरळ आणि सोपा अर्थ आहे की, पांडुरंगाचे रूप सुंदर आहे. ते चित्ताकर्षक, मनाचा ठाव घेणारे असून पाहात राहावे असे आहे. कितीही वेळा आणि कितीही वेळ मुखदर्शन घेतले असता पुन्हा पुन्हा घ्यावे, असेच भाविक भक्ताला वाटते. मूर्तीपासून दूर सरकावे, असे वाटतच नाही. पांडुरंगाचे सुंदर ध्यान डोळ्यात साठवावे,

असेच भाविकाच्या अतृप्त मनाला वाटत असते. पांडुरंगाचे मुखावलोकन करून त्याचे मन भरतच नाही. त्याची दृष्टी विठ्ठलाच्या मुखावलोकनातून क्षणभरही हटत नाही.

दिंडीच्या माध्यमातून वारी करणारे वारकरी लाखोंच्या संख्येने आषाढी कार्तिकीला पंढरपूरला येत असतात. त्यांना मुखदर्शनाची आशा असते. पदस्पर्शाचीही इच्छा असते. मात्र, पंधरा-वीस लाख वारकऱ्यांना हे शक्य नसते. काहींना मुखदर्शन तर काहींना पादुकास्पर्श दर्शन प्राप्त होते. इतर लाखो वारकरी कशावर समाधान मानतात? तर मंदिराच्या कळसाचे दर्शन घेऊन ते तृप्त होतात. कळसात त्यांना विठ्ठलाचे दर्शन होत असावे. सर्व वारकऱ्यांच्या अंतःकरणात विठू माउलीची काळी सावळी मूर्ती विराजमान असतेच. नव्हे, वारीतील प्रत्येक वारकरी विठ्ठलमय झालेला असतो. त्याच्या ध्यानीमनी केवळ पांडुरंग असतो. जन्मदात्री आई ज्या प्रेमाने लेकराला गोंजारते, त्याच्या पाठीवरून हात फिरवते. त्याचप्रमाणे पंढरीचा सावळा, काळा पांडुरंग भाविक भक्तांच्या अंतःकरणाला अर्धोन्मिलीत पापणीच्या कोमल, मुलायम स्पर्शाने गोंजारतो, याचा आभास वारकऱ्यांना निश्चितच होत असावा. या भावविभोर अवस्थेत तृप्त मनाने वारकरी आपापल्या घरी परतात. नाचत, गात विठू माउलीच्या नाम गजरात आनंदाने बागडत परतीचा प्रवास करतात. जसे लहान बाळ आईच्या मांडीवरून दूर होताना आईच्या वात्सल्ययुक्त स्पर्शाचा अनुभव घेऊन आनंदित होऊन समाधानात न्हाऊन निघते. मातेपासून दूर होतो तसा अलौकिक आनंद वारकऱ्यांना सावळ्या विठू माउलीच्या रूपदर्शनाने निश्चितच होत असणार.

अभंगाच्या पहिल्या चरणाच्या उत्तरार्धात महाराज पंढरीनाथाच्या देहबोलीचे वर्णन करतात. पांडुरंग विटेवर कसा उभा आहे? 'कर कटावरी ठेवूनिया' पांडुरंगाने आपले दोन्ही हात कमरेवर अशा प्रकारे ठेवले आहेत की जणू पांडुरंग कोणाशी तरी सामना करण्याच्या किंवा दोन हात करण्याच्या पवित्र्यात आहे की काय, असेच भासते. व्यवहारात व्यक्ती इतर कोणाशी दोन हात करावयाचे असेल किंवा इतर कोणास आव्हान द्यायचे असताना, दृढतेने दोन्ही हात कमरेवर ठेवून ज्या मुद्रेत उभा राहत असतो. त्या सदृश्यच पांडुरंग त्या आविर्भावात उभे आहेत की काय? असा प्रश्न उपस्थित होतो. प्रश्न असाही पडतो की पांडुरंग कोणाशी सामना करण्यासाठी असे उभे आहेत? याचे उत्तर भक्ताचे रक्षण करण्यासाठी, हेच होऊ शकते. कारण पंढरीनाथ हे भक्तवत्सल, भक्तरक्षक आहेत. भक्तांच्या, शरणागतांच्या योगक्षेमाची काळजी घेणारे आहेत. भगवंतांनी भगवद्गीतेत भक्तांना आश्वासनच दिले आहे.

अनन्याश्चियन्तो मां येजनाः पर्युपासते ।
तेषां नित्याभियुक्तानां योगक्षेम वहाम्यहम् ॥ (गीता अध्याय ९, श्लोक २२)

अर्थ :
अनन्यभावाने भक्त माझ्या शरण येतो, निरंतर माझे चिंतन करतो, निष्काम भावाने माझी उपासना करतो, त्या व्यक्तीच्या योगक्षेमाची काळजी घेतो; या शब्दात भगवंताने भक्तांना वचन दिले आहे.

प्रस्तुत अभंगातील पांडुरंगाचा कटेवर हात ठेवलेल्या आविर्भावाचा अर्थही असाच आहे. पंढरीनाथाचा हा भावाविष्कार भक्तांना आश्वासक आहे. 'संसारातील तुझ्यावर येणाऱ्या सर्व आपत्तींचा सामना मी करीन, तू निश्चिंत रहा,' असाच जणू विश्वास आणि दिलासा भक्तांना ते देत आहेत, असेच मला स्वतःला वाटते. भगवंत म्हणत आहेत 'मी आहे ना? मी पाहून घेईन, चिंता करू नकोस. माझ्या भक्ताचा मी नाश होऊ देणार नाही. मी माझ्या भक्ताला त्याच्या संसारिक क्लेशांचा त्रास होऊ देणार नाही. बिनधास्त राहा..' असेच जणू पांडुरंग भक्तांना त्याच्या या रूपाद्वारे सुचवीत आहेत, अशी कल्पना मला करावीशी वाटते. कारण पांडुरंगाच्या या आविर्भावासंबंधी माझी स्वतःची भावना आहे. काहीही असो, पांडुरंगाची ही देहबोली भाविक भक्ताच्या अंतकरणात निःसंशय प्रचंड आत्मविश्वास निर्माण करणारी आहे.

दुसऱ्या एका अभंगात महाराज स्वतःचा संपूर्ण भार परमेश्वरावर टाकताना म्हणतात, *'घालोनिया भार राहिलो निश्चिंत ।।'* यावर भगवंत म्हणतात, *'लावुनिया हात कुरवाळिला माथा । सांगितली चिंता न करावी ।।'*

परमात्म्याचे आश्वासन केव्हा प्राप्त होते? याविषयी महाराज याच अभंगात शेवटच्या चरणात म्हणतात,

तुज वाटे आता ते करी अनंता । तुका म्हणे संता लाज माझी ॥

भक्ताने सर्व भार परमात्म्यावर टाकला असता भगवंत प्रतिसाद देताना म्हणतात,

कौन्तेय प्रतिजानीहि । न मे भक्तः प्रणश्यति ॥ (गीता अध्याय १०, श्लोक ३१)

गीता अध्याय दहावा, श्लोक ३१च्या उत्तरार्धात भगवान श्रीकृष्ण अर्जुनाला आश्वासन देताना म्हणतात, *'न मे भक्तः प्रणश्यति'*

अर्थ :
हे अर्जुना, तू निश्चयपूर्वक जाण की, माझा भक्त कधीच नष्ट होऊ शकत नाही.

भगवंत हे भक्ताच्या रक्षणार्थ तत्पर असतात, भक्ताचे रक्षण करणे हे परमेश्वराचे ब्रीद आहे, असाही भगवद् गीतेतील या श्लोकाद्वारे अर्थ होतो.

अभंगाच्या दुसऱ्या चरणात पांडुरंगाच्या वेशभूषेचे वर्णन आहे. पांडुरंगाने तुळशीहार गळ्यात धारण केला असून पीतांबर नेसलेला आहे, असे वर्णन केले आहे. जगातील सर्व फुलांच्या किंवा इतर कोणत्याही वस्तूंच्या हारापेक्षा तुळशीहाराचे महत्त्व अनन्यसाधारण

आहे. तुळशीहार पांडुरंगासही अत्यंत प्रिय आहे. श्रीकृष्णचरित्रात एक प्रसंग येतो. श्रीकृष्णाची तुला सुवर्ण आणि जड-जवाहिऱ्यांनी करण्याचा प्रसंग. ही तुला करताना एका पारड्यात कृष्ण बसतो आणि दुसऱ्या पारड्यात सुवर्णादी टाकले जाते. तरी सुवर्ण ठेवलेले पारडे वरच असते. शेवटी तुळशीचे केवळ एक पान सुवर्णाच्या पारड्यात टाकले असता भगवंताचे पारडे वर जाते आणि तुला संपन्न होते. पंढरपूरचा पांडुरंग, वारकरी आणि विठोबाचे प्रिय संत या सर्व विठ्ठल भक्तांना तुळशीमाळ, तुळशीच्या पानांचा हार अत्यंत प्रिय आहेत. पांडुरंगाला जे जे प्रिय ते ते पांडुरंग भक्तांनाही अतिप्रिय. तुळशीच्या मण्यांची माळ आणि वारकरी यांचे अतूट नाते असून ही माळ वारकऱ्यांचे जणू मंगळसूत्रच होय. पांडुरंगाच्या गळ्यात तुळशीहार आणि अंगावर पीतांबर नेसले आहे. सर्व प्रकारच्या वस्त्रात रेशमी पीतांबर हे बहुमूल्य वस्त्र आहे. पीतांबर जसे ऐश्वर्याचे प्रतीक आहे, तसेच ते सुंदरतेचेही प्रतीक आहे. तुळशीच्या माळेला पांडुरंगामुळे सौंदर्य प्राप्त झाले आहे. तसेच पीतांबर परिधान केलेल्या पांडुरंगाच्या ऐश्वर्याचेही सुंदर दर्शन आपोआपच घडले आहे. या रूपातील पांडुरंगाचे दर्शन चित्ताकर्षक असून मनाला अतिप्रसन्नता प्रदान करणारे आहे. या दर्शनाची निरंतर ओढ महाराजांना मनापासून आहे, हे महाराजांनी या चरणात स्पष्ट केले आहे.

तिसऱ्या चरणात ऐश्वर्याचे प्रतीक असलेली हिरेजडित मकरकुंडले कानात आणि कौस्तुभ मणी कंठात पांडुरंगांने धारण केला आहे, असे महाराज वर्णन करतात. मकर कुंडले ही भगवंतांच्या मत्स्य अवताराची आठवण करून देणारी आहेत. सृष्टीच्या प्रलयावेळी भगवंत मत्स्य अवतार घेतात. या जगताचे संरक्षण आणि नाश तसेच पुनर्रचना परब्रह्म परमात्माच करतात, हा विचार वेद-उपनिषदात पुराण ग्रंथात वर्णिला आहे. मकर कुंडले भगवंताच्या प्रथम अवताराचे स्मरण देणारी आहेत. देवासुरांनी समुद्रमंथन केले. या मंथनातून अनेक वस्तू प्राप्त झाल्या. कौस्तुभ मणी समुद्रमंथनातून प्राप्त झाला. हाच कौस्तुभ मणी पांडुरंगाने कंठात धारण केला आहे. पुराणातील भगवंताशी निगडित असणाऱ्या घटनांचे स्मरण या दोन अनमोल आणि दिव्य वस्तूंच्या दर्शनातून घडते. तसेच परमेश्वराच्या ऐश्वर्यसंपन्नतेचेही दर्शन होते.

जगद्‌गुरू संत तुकाराम महाराज अभंगाच्या शेवटच्या चरणात म्हणतात, श्री पांडुरंगाचे मुखदर्शन हेच त्यांच्यासाठी सर्व सुख आहे. सर्व सुख अर्थात परमसुख. प्रभूचे दर्शन झाल्यावर पुन्हा काही पाहण्याची इच्छा शिल्लक राहात नाही. पांडुरंगाच्या श्रीमुखाचे अवलोकन करणे, हीच त्यांची आवड आहे. श्रीमुखदर्शनाचा छंदच जणू त्यांना जडला आहे. मनुष्याला ज्या गोष्टीची आवड असते, ती पुन्हा पुन्हा करण्याचा नाद जडतो. पांडुरंगाचे दर्शन निरंतर करूनही पुन्हा पुन्हा मन दर्शनासाठी धावते, उत्सुक असते. निरंतर सदासर्वदा, ध्यानीमनी, चित्ती पांडुरंगाचे चिंतन हेच भक्ताचे सर्वसुख आहे. महाराजांसाठी हेच अंतिम आवडीचे परमसुख आहे.

★★★

२

लहानपण देगा देवा । मुंगी साखरेचा रवा ॥
ऐरावत रत्न थोर । त्यासी अंकुशाचा मार ॥
जयां अंगी मोठेपण । तया यातना कठीण ॥
तुका म्हणे बरवे जाण । व्हावे लहानाहून लहान ॥

जगद्‌गुरू संत तुकारामांचा हा सुप्रसिद्ध चार चरणांचा अभंग आहे. मनुष्याच्या अंगी नम्रता असावी. विनम्रता हा मनुष्याचा श्रेष्ठ गुण आहे. मानव विचारशील प्राणी आहे. तसाच तो विवेकशीलही आहे. विवेक याचा अर्थ सारासार बुद्धी. योग्य-अयोग्य याचा निर्णय करण्याची बुद्धीची क्षमता म्हणजे 'विवेक' होय. विवेक हा मानवाला प्राप्त झालेले निसर्गदत्त अर्थात दैवी वरदान आहे. कोणते कार्य करावे? कोणते करू नये? याचा निर्णय करू शकणारी विवेकबुद्धी होय. मानव कर्म करण्यास स्वतंत्र आहे. तसा तो निर्णय घेण्यासही स्वतंत्र आहे. बरे, वाईट कर्म कोणते? याचा निर्णय तो बुद्धीच्या वापराने करू शकतो. प्राण्यांमध्ये ही क्षमता केवळ मानवात आहे. मानवाएवढी बौद्धिक क्षमता सृष्टीतील कोणत्याही प्राण्याच्या ठायी नाही. कर्मासंबंधी आवड निवड करण्याची क्षमता मानवेतर प्राण्यात नाही. यासाठी मानवेतर प्राणी केवळ भोग, योनी या वर्गात मोडतात. कर्मयोनी ही मानवेतर प्राण्यांमध्ये नसते. त्यामुळे त्यांच्याबाबत कर्माचे परिणाम भोगण्याचा प्रश्नच उद्भवत नाही, मग ते सुपरिणाम असोत की दुष्परिणाम! मानव मात्र परिणामांच्या चक्राने बद्ध आहे. वाईट कर्माची वाईट फळे आणि चांगल्या कर्माची चांगली फळे त्याला प्राप्त होतात. ती त्याला भोगणे क्रमप्राप्त आहे. कर्मफल सिद्धांत हेच प्रतिपादन करतो.

भगवद्‌गीता कर्मफल सिद्धांताचे याच पद्धतीने समर्थन करते. परमात्मा शुभ, अशुभ कर्म अर्थात पुण्यकर्म आणि पापकर्म यांचे फळ देत असतो. *'अवश्यमेव भोक्तव्यं कृतं*

कर्म शुभाशुभम्' परमेश्वरी न्यायाच्या संदर्भात हे सत्य आहे. कर्माचे फळ मानवास अवश्य भोगावेच लागते. यातून कोणासही सवलत किंवा सुटका नाही. कर्माशी कर्तेपणाचा भाव जुळला असता, अहंकाराची निर्मिती होते. अहंकार हा व्यक्तीतील विनयाचा शत्रू आहे. हा अहंभाव व्यक्तीतील नम्रतेचे दमन करतो. अहंकार आणि विनम्रता यांचे विळा भोपळ्याचे नाते आहे. विनम्रता आणि दुराभिमान एकत्र नांदू शकत नाही. एकाचे आगमन दुसऱ्याच्या गच्छंतीचे कारण ठरते. अहंकारी व्यक्तीत मोठेपणाचा भाव निर्माण होतो. हा भाव मानवातील विनयशीलतेला नेस्तनाबूत करतो. परंतु, मानवप्राण्यातील सद्‌गुणात नम्रता हा अत्यंत महत्त्वपूर्ण आणि श्रेष्ठ गुण आहे. नम्रतेच्या सोबत अनेक सद्‌गुण मानवाच्या अंगी प्रकट होतात. नम्रताही जणू सद्‌ गुणांची जननीच होय. त्याचप्रमाणे लहानपणाची सोबती नम्रता आहे. विनम्रता आणि लहानपण दोन्ही सहोदर आहेत, असेच मानले पाहिजे.

संत तुकाराम प्रस्तुत अभंगाच्या पहिल्या चरणात परमेश्वराजवळ लहानपण द्यावे, अशी मागणी करतात. लहान आकार मुंगीचा असतो. मुंगीमध्ये लहानपण असल्यामुळे त्या लहानपणाचे फळ तिला साखरेच्या कणाच्या रूपात प्राप्त होते. साखर गोड असते, अर्थात लहान असण्याचा परिणाम गोड असतो, मधुर असतो. कारण त्यामध्ये कोणत्याही स्वरूपाचा ताठा किंवा गर्व नसतो. दुराभिमान तर मुळीच नसतो, विनम्रता असते. विनम्रतेचे बक्षीस साखरेचा रवा आहे. ही साखर रवा मुंगीला तिच्या नम्रतेचे पारितोषिकच म्हटले पाहिजे.

प्राणी जगात आकाराने ऐसपैस असणारा स्थूल आणि अवाढव्य असणारा प्राणी अर्थात हत्ती होय. प्राण्यातील अगडबंब अर्थात मोठा म्हणून आकाराच्या दृष्टीने सर्वश्रेष्ठ प्राणी. ज्या त्या जातीतील श्रेष्ठ असते, त्याला 'रत्न' म्हणतात. हत्ती या प्राणी जातीतील सर्वश्रेष्ठ उपाधी ऐरावताला प्राप्त आहे. ऐरावत समुद्रमंथनातून देवासुरांना प्राप्त झाला होता, अशी पौराणिक कथा आहे. स्वर्गाचा राजा इंद्र यास हा 'ऐरावत' दिलेला होता. देवांचा राजा इंद्र आणि त्याची मालकी ऐरावतावर. हा ऐरावत हा मोठेपणाचा, सामर्थ्याचा प्रतीक होय. ऐरावत हा सामर्थ्यसंपन्न असून त्याच्या तोडीचा प्रबळ सामर्थ्यशाली दुसरा हत्ती कोणीच नसतो. त्याला एक साधा छोट्या आकाराचा अंकुश नियंत्रित करू शकतो. अंकुशाने ऐरावताच्या माथ्यावर टोचल्याबरोबर हत्ती अंकुशधारी माहुताच्या नियंत्रणात येतो. अंकुशाच्या टोचण्याची यातना हत्तीला असह्य असते. याचा भावार्थ दुसऱ्या चरणात नमूद आहे. ज्याच्या अंगी मोठेपण आहे, त्याच्या यातनाही त्यानुरूप कठीण असतात. सहन करण्यापलीकडे असतात. या यातनांपासून मुक्ती मिळवायची असेल, तर परमेश्वराने लहानपण द्यावे किंवा लहानात लहान व्हावे, अशी विनवणी संत तुकाराम करतात. अथवा लहानात लहान व्हावे, अशी इच्छा व्यक्त

करतात. असे लहानपण प्राप्त झाले असता कठीण यातनांपासूनही जशी मुक्तता होईल, तशी मधुर साखरेची गोडी चाखता येईल. अर्थात नम्रता अंगी बाणावावी, अशी कामना संत तुकाराम करतात. त्याचे वर्णन प्रस्तुत अभंगात संत तुकारामांनी केले आहे.

वारकरी संप्रदायात कार्तिकी आणि आषाढी एकादशीला पायी दिंडी निघते. या दिंडीतील लाखो वारकरी कमालीचे विनम्र असतात. दिंडीत असोत, चंद्रभागेच्या पाण्यात असोत, की पांडुरंगाचा दर्शन रांगेत असोत, 'माउली माउली' या शब्दाने परस्परांना संबोधन करताना दिसतात. चंद्रभागेच्या पात्रात स्नानाच्या वेळी एकमेकांना स्नान घालतात. माउली म्हणून संबोधन करतात. परस्परांचे वाकून दर्शन घेतात. एकंदरीत परस्परांवर प्रेम आणि आदर व्यक्त करतात. दर्शन बारीमध्येही परस्परांना मदत करतात, सहकार्य करतात. परस्परांच्या पुढे लीन होतात, वाकून पाया पडतात. या शरणागत भावाचे प्रदर्शन म्हणजे मनामनातील अहंकाराचे विसर्जन असते. या विसर्जनाच्या तुषारात अहंकार विरघळून जातो. हे चित्र पाहावयास मिळते ते पंढरपूरमध्ये आषाढी आणि कार्तिकीच्या वारीत, दिंडीतील वारकऱ्यांमध्ये. एकदा या वारीची इतिश्री झाली, दिंडी परत फिरली, पंढरपूरला रामराम केला, आपापल्या गावी आले की पंढरपुरातील लहानपणाची वागणूक गावी परतल्यानंतर दैनंदिन जीवन व्यवहारात कायम राहिली असता, पंढरपुराच्या वारीचा योग्य परिणाम दृष्टीत पडू शकतो.

ऐरावत होऊन अंकुशाच्या टोचणीच्या यातना सहन करावयाच्या की लहान मुंगी होऊन साखरेच्या रव्याची गोडी चाखावयाची, याचा निर्णय वारकरी बंधूंनी घ्यावयाचा आहे. माउली माउली म्हणून बोलणाऱ्या व्यक्तीतील बदल दैनंदिन जीवन व्यवहारातही कायम राहिले असता, त्यांच्या वर्तणुकीचे अवलोकन करणाऱ्या व्यक्तीच्या मुखातून *'बोले तैसा चाले, त्याची वंदावी पाऊले'* हे उच्चार सहज, उत्स्फूर्ततेने बाहेर पडतील.

वारकरी संप्रदायातील सर्वच संतांनी विनय किंवा नम्रता या सद् गुणाचा पुरस्कार केलेला आहे. परमेश्वराप्रति शरणागत भाव हा भक्तिमार्गाचा कणा आहे. अनन्य भावे शरण जाणे. हा संतांचा स्वभाव आहे. यत्किंचितही अहंभाव त्यांच्या वृत्तीत आढळत नाही. सर्व संतांच्या अभंगात कुठे ना कुठे परस्परारांविषयी प्रेम, आदर, आत्मीयता या विनयशील प्रकृती प्रकट होताना दिसते. ज्याच्या अंगी ही नम्रता नाही, सहनशीलता नाही, मैत्रभाव नाही, प्रीती, दया, करुणा आणि वात्सल्य नाही, ती व्यक्ती संतपदाला पोहोचूच शकत नाही. हेच गुण वारकऱ्यांनीही अंगीकारावे. अर्थात, वारकरी संप्रदायानेच केवळ या गुणाचे अनुसरण करावे, असे नसून समस्त समाजाने जीवनातील व्यवहारात आणि वर्तणुकीत पदोपदी नम्रभावाचा परिचय देणे आवश्यक आहे. स्वतःसंबंधीच्या वेगळेपणाच्या, मोठेपणाच्या वृत्तीमुळे व्यक्ती इतरांशी समरस होऊ शकत नाही. इतरांचे दुःख ते आपले दुःख समजू शकत नाही. परिणामतः व्यक्ती व्यक्तींत द्वेष, मत्सर,

हेवा, असूया इत्यादी दुर्गुणांचा जन्म होतो, ज्यायोगे समाजातील स्वास्थ्य बिघडते. समाजात कटुता, ताणतणाव आणि संघर्ष निर्माण होतात. संत तुकाराम प्रस्तुत अभंगात परमेश्वराजवळ लहानपणाची मागणी करतात आणि गर्व, अहंकार निर्माण करणारा बडेजाव नाकारतात. त्याचबरोबर मोठेपणाच्या सोबत येणाऱ्या यातनाही कठीण असतात, असा सावधानतेचा इशाराही देतात.

याच आशयाचा दाखला महाराज या अभंगातून देतात.

नीचपण बरवे देवा । न चले कोणाचाही दावा ॥
महापुरे झाडे जाती । तेथे लव्हाळे वाचती ॥
येता सिंधूच्या लहरी । नम्र होता जाती वरी ॥
तुका म्हणे कळ । पाय धरिल्या न चले बळ ॥

☆☆☆

३

हेचि दान देगा देवा । तुझा विसर न व्हावा ॥
गुण गाईन आवडी । हेचि माझी सर्व जोडी ॥
न लगे मुक्ति धन संपदा । संत संग देई सदा ॥
तुका म्हणे गर्भवासी । सुखे घालावे आम्हांसी ॥

मानव हा लोभी प्राणी आहे. धनसंपत्ती कोणाला नको आहे ? लोभ हा माणसाचा सार्वत्रिक गुण आहे. लोभ नसणारी व्यक्ती दुर्मिळच. लोभ माणसाला संग्रहाकडे प्रवृत्त करतो. संग्रह करणे हा माणसाचा छंद आहे. धनाचा संग्रह, जमीनजुमल्याचा संग्रह, सोने चांदी यांसह रत्न, माणिक, मोत्यांचा संग्रह, अन्नधान्याचा संग्रह, जीवनावश्यक वस्तूंबरोबरच ऐशआराम आणि चैनीच्या वस्तूंचा संग्रह करणे, ही पृथ्वीवरील सर्वसाधारण संसारी माणसाची वैशिष्ट्ये आहेत. केवळ संसारीच नव्हे, तर विरक्त जीवन जगणारे व स्वतःला साधू संन्यासी म्हणवून घेणाऱ्यांत हा वस्तू संग्रहाचा लोभ आढळतो. अर्थात, साधू संन्यासी असणे, ही वृत्ती आहे. ती सर्वसंगपरित्यागाशी संबंधित आहे अथवा लौकिक वस्तू संबंधित अनासक्तीचा भाव अर्थात संन्यस्त वृत्ती, असे मला म्हणावयाचे आहे. अशी वृत्ती संसारी व्यक्तीतही अपवादाने आढळते. येथे सर्वसाधारण माणसाच्या मनात असलेल्या धनसंपत्तीच्या आकर्षणासंबंधी लोभाविषयी विवेचन करावयाचे आहे. स्वतः जवळ जेवढे आहे, त्यावर माणूस क्वचितच समाधानी असतो, संतुष्ट असतो. इतरांकडील धनसंपत्ती संचयाकडे पाहून तो अधिक दुःखी होत असतो. वास्तविक पाहता स्वतःकडील वस्तूसंचय किंवा संपत्ती-संचयाकडे पाहून माणसाने संतुष्ट होणे अपेक्षित असते. परंतु, असे बहुधा होत नाही. हाव किंवा अधिकांत अधिक माझे असावे, मला मिळावे, अशीच मनोवृत्ती मानवप्राण्याची असते. संपत्ती आणि धनाकडे पाहण्याचा, आकृष्ट होण्याचा सर्वसामान्यपणे मानवातील भाव होय. मानव देवळात जातो, देवाकडे

धनसंपत्ती, वस्तूंची मागणी करतो. संतान ही मानवी जीवनातील संपत्तीच आहे. माणूस हात जोडून परमपिता परमात्म्याकडे संतानवृद्धीची इच्छा प्रकट करतो. त्याचप्रमाणे अधिकाधिक जड संपत्तीच्या प्राप्तीसाठी प्रार्थना करतो. त्यास कितीही लौकिक संपत्ती प्राप्त झाली असता अधिक हवे, अजून हवे, मला मिळावे या वृत्तीला तो आयुष्यभर कधीच पूर्णविराम देत नसतो. त्याची सर्व खटपट संपत्ती प्राप्तीच्या उद्दिष्टाभोवती गरगरत असते. धनसंपत्तीचा संग्रह हेच त्याच्या जीवनातील एकमेव उद्दिष्ट होऊन जाते. या संग्रह करण्याच्या प्रयत्नात आयुष्याचा एक एक दिवस कमी होत जातो, याचेही त्याला स्मरण उरत नाही. धनसंपत्तीचा पाठलाग करण्यात आयुष्याच्या शेवटच्या अध्यायाचा शेवट समीप आला आहे, याचेही भान त्याला उरत नाही. ही सार्वदेशीक, सार्वत्रिक, समस्त मानवसमूहाची मनोवृत्ती आहे. याबद्दल कोणाचेही दुमत होण्याचे काहीच कारण नाही.

येथे संत तुकारामांच्या परमेश्वराजवळील मागणीचा विचार करावयाचा आहे. छत्रपती शिवाजी महाराजांनी संत तुकारामांना सोनेचांदीच्या रूपात संपत्ती भेट म्हणून पाठविली होती. संत तुकारामांनी 'आम्हास धनसंपत्ती मृत्तिकेसमान आहे', असे म्हणत जडजवाहिर, सोनेनाणे, संपत्ती स्वीकारली नाही. ती महाराजांना परत केली. विरक्त व्यक्तीला धनसंपत्तीचा मोह कुठला? संत तुकाराम विरक्त शिरोमणी होते. त्यांना धनलोभ, संपत्तीची आसक्ती, आकर्षण मुळीच नव्हते. व्यावहारिक जीवनात लौकिक अर्थाने संपत्तीची गरज असते. परंतु, ती प्राप्त करण्याची तिळमात्रही इच्छा संत तुकारामांच्या मनी नव्हती. यासाठी घरी चालून आलेल्या लक्ष्मीच्या रूपातील संपत्ती त्यांनी विनम्रपणे परत केली. धनसंपत्तीच्या संग्रहाबाबतीत अशी उदासीन वृत्ती केवळ संतच प्रकट करू शकतात. हे येरागबाळ्याचे कामच नव्हे, असे म्हटले पाहिजे.

मानव जीवनातील सर्वोच्च लौकिक प्राप्ती ही मोक्षप्राप्ती आहे. मुक्ती प्राप्त करणे, जीवन मृत्यूच्या फेऱ्यातून सुटणे, हे तर मानवाचे जीवनातील अंतिम उद्दिष्ट आहे. मुक्तीची अभिलाषा अर्थात जीवनमृत्यूच्या बंधनातून कायमचे मुक्त होण्याची इच्छा, प्रत्येक मानवाची असू शकते. कारण धर्माच्या तत्त्वज्ञानात चार पुरुषार्थातील सर्वश्रेष्ठ अंतिम पुरुषार्थ ही मुक्ती आहे. अर्थात धर्म, अर्थ आणि काम हे पहिले तीन पुरुषार्थ आहेत. आश्चर्य असे आहे की, संत तुकाराम परमेश्वराला ठामपणे निग्रहाने 'मला मुक्ती ही नको' असे सांगतात. मुक्ती का नको? पुन्हा पुन्हा चौऱ्याऐंशी लक्ष योनींमध्येच चकरा मारण्याची इच्छा ते का करतात? वास्तविक जननीच्या जठरात असलेला जीव आनंदाचा उपभोग घेत नसतो. जननीच्या जठरात त्याला अनेक प्रकारचे क्लेश भोगावे लागतात, हे संत तुकारामांना माहीत नव्हते का? तरीही *पुनरपि जननं, पुनरपि मरणं,* हा पर्याय स्वीकारण्याची इच्छा ते प्रदर्शित करतात. पुन्हा पुन्हा जन्म घ्यावा, पुन्हा पुन्हा मातेच्या गर्भात गर्भवासी व्हावे, ही इच्छा, हे मागणे संत तुकाराम देवाजवळ करतात.

ही मागणी अभंगाच्या तिसऱ्या आणि शेवटच्या चौथ्या चरणात आली आहे. याचे उत्तर तिसऱ्या चरणाच्या उत्तरार्धात 'संतसंग देई सदा' या शब्दाद्वारे व्यक्त झालेले आहे.

धनसंपत्ती आणि मुक्ती याच्या तुलनेत जगद्गुरू संत तुकाराम यांना संत संगत अधिक मौल्यवान वाटते. संतसंगती पुन्हा पुन्हा प्राप्त व्हावी, हेच त्यांचे आग्रहाचे मागणे अट्टहासाने त्यांनी केले आहे. संत तुकारामांना संतसंगती हीच जीवनातील सर्वश्रेष्ठ उपलब्धी असून ती संगत पुन्हा पुन्हा प्राप्त करण्यासाठी पुन्हा पुन्हा जन्म घेणे त्यांना पसंतही आहे आणि मान्यही आहे. संतसंगती कशासाठी? संतसंगतीचे महत्त्व काय? आणि संतसंगतीपुढे संपत्ती आणि मुक्ती तुच्छ किंवा क्षुल्लक का वाटतात? या प्रश्नाचे उत्तर शोधणे, हा या लेखाचा आशय आहे.

'संत तोचि देव' असा संत तुकारामांचा अभंग आहे. संत हे देवच आहेत अशी श्रद्धा त्यांची आहे. संतांची भेट म्हणजे देवाची भेट. संतांचे सान्निध्य म्हणजे देवाची समीपता, संतांचा संवाद म्हणजे अमृतपानाची पर्वणी, अशी संतांसंबंधीची संत तुकारामांची श्रद्धा आहे. संतांच्या रूपाने देवच प्राप्त होतो, मग दुसऱ्या धनाची किंवा मुक्तीची गरज काय? असे संत तुकारामांच्या मनातील भाव आहेत. ही संगती कशी असावी? ही संतसंगती संत तुकारामांना कायमस्वरूपी, नेहमीसाठी हवी आहे. संत हे धरतीवरील चालती बोलती परमेश्वराची प्रतिबिंबेच आहे, नव्हे, साक्षात परमात्मा आहेत, अशी भावना अनेक अभंगांतून संत तुकारामांनी व्यक्त केली आहे. संतांना देव का म्हटले आहे? याचे उत्तर म्हणजे, देवाचे गुण संतांमध्ये आढळतात. म्हणून देव कृपाळू आहे, देव दयाळू आहे, देव क्षमाशील आहे, देव शरणागताला अभय देणारा आहे, संतकृपा ही जीवनातील अमूल्य कृपा होय. संत त्यांच्या संगतीतील लोकांना आश्वासक सोबत देत असतात. त्यामुळे भवसागराचे भय त्यांना उरत नाही. संत मुक्ताबाईंच्या एका अभंगात संताची लक्षणे वर्णित आहेत, त्यातील शब्दरचना खालीलप्रमाणे :

संत तेच जाणा जगी । दया क्षमा ज्यांचे अंगी ॥
लोभ अहंता न ये मना । जगी विरक्त तोचि जाणा ॥
इहपरलोकी सुखी । शुद्ध ज्ञान ज्याचे मुखी ॥
मिथ्या कल्पना मागे सारा । ताटी उघडा ज्ञानेश्वरा ॥

लोभ आणि अहंकारापासून दूर आणि दया व क्षमा या गुणांनी संपन्न, जगात विरक्त अर्थात जगाविषयी अनासक्त आणि लोक परलोकातही जो आनंद अनुभवतो, असा निर्मळ, ज्ञानी पुरुष संत होय. एवढे सगळ्या गुणांचे भांडार संतांची धनसंपत्ती, संग्रहच आहे. तेव्हा दुसरे वस्तुरूपी धन यापुढे कुचकामी आहे. म्हणून संतसंगतीची इच्छा संत तुकाराम महाराज व्यक्त करतात.

अभंगाच्या पहिल्या चरणात संत तुकाराम परमात्म्याजवळ एक दान मागतात. ते दान वस्तुरूप नसून ते परमेश्वराच्या अखंड स्मरणाच्या दानप्राप्तीची अभिलाषा व्यक्त करतात. परमेश्वराचा विसर केव्हा पडतो? जेव्हा मनुष्य धन आणि संपत्तीच्या चकाकीत दिपून जातो. त्यात स्वतःला हरवून बसतो. हे हरवणे हेच परमेश्वराच्या विस्मरणाचे कारण आहे. तसेच दुसरे कारण मुक्तीची अभिलाषा. जेव्हा जीव मोक्ष प्राप्त करतो. जीवनमरणाचा फेऱ्यातून मुक्त होतो. तेव्हा तो परमेश्वराचे स्मरण आणि विस्मरण या प्रक्रियेतूनही मुक्त होतो. परमेश्वराचे सदोदित स्मरण राहावे, असे वाटत असल्यास त्या व्यक्तीला जीवनमुक्तीची गरजच काय? परमेश्वराचे अखंड स्मरण हा संत तुकारामांचा ध्यास आहे. या ध्यासपूर्तीसाठी, संतांची संगती आवश्यक आहे. ही संगती परमेश्वराचे विस्मरण कधीच घडू देत नाही. संतांची संगती मुक्ती अवस्थेत जीवाला प्राप्त होऊ शकत नाही. मुक्तीचा अर्थ परमेश्वराचे विस्मरण, हे ईश्वर विस्मरण कोणत्याही मोबदल्यात संत तुकारामांना नको आहे. संतसंगती परमेश्वराच्या सतत स्मरणाला पूरक असल्यामुळे संतसंगतीचे दान परमेश्वराजवळ संत तुकाराम मागतात. संतसंगती म्हणून श्रेष्ठ आहे. संतसंगती हीच परमेश्वराच्या निरंतर स्मरणासाठी आवश्यक आहे. संतांचे सान्निध्य प्राप्त होण्याचे स्थान हा इहलोक आहे आणि म्हणून *'पुनरपि जननं पुनरपि मरणं'* प्राप्त होवो, असे दान परमेश्वराजवळ संत तुकाराम प्रस्तुत अभंगाद्वारे मागतात. महाराज दुसऱ्या चरणात म्हणतात, 'माझ्या आवडीचे काम हे विठ्ठलाचे गुणगान करणे आहे. ते मी आवडीने करीन.' विठ्ठलाचे नामस्मरण, गुणवर्णन हेच त्यांचे सर्वस्व आहे. केवळ त्यासाठी महाराजांना पुन्हा पुन्हा जन्म हवा आहे. ते दान म्हणजे 'पांडुरंगा, जन्मोजन्मी तुझे स्मरण राहो, यातच माझा सर्वानंद सामावला आहे. या आनंदाच्या तुलनेत गर्भवासातील दुःख राहणारच नाही. गर्भवास हादेखील आमच्यासाठी सुखाचा काळ असेल.'

☆ ☆ ☆

४

ऐसे कैसे झाले भोंदू । कर्म करोनी म्हणती साधु ॥
अंगा लावूनिया राख । डोळे झांकूनि करिती पाप ॥
दावूनि वैराग्याची कळा । भोगी विषयांचा सोहळा ॥
तुका म्हणे सांगों किती । जळो तयांची संगती ॥

पूर्वीच्या अभंगात संतसंगतीचे माहात्म्य वर्णन केले आहे. उपरोक्त अभंग समाजातील भोंदू साधूंच्या संदर्भात आहे. भारतात स्वतःला संत किंवा साधू म्हणवून घेणाऱ्यांची प्रचंड मोठी संख्या आहे. स्वयंघोषित संत भरपूर आहेत. परंतु, संत व्यक्ती वैराग्य वृत्तीची असते. विरक्त असणे हे संताचे लक्षण मानले जाते. लौकिक सुखसाधन आणि संपत्तीचा लोभ नसणारे आणि समाजावर उपकार करण्याच्या हेतूने जीवन व्यतीत करणारे संत प्रवृत्तीचे असतात, म्हणून त्यांना संत म्हणून समाजाकडून गौरविले जाते.

लोकांना फसविणारे, स्वतःचा स्वार्थ साधणारे तसेच चारित्र्यहीन आणि दुष्कर्म करणारे काही ढोंगी, भोंदू लोक समाजात साधू म्हणून मिरवितात. त्यांची हजेरी संत तुकाराम महाराज या अभंगातून परखडपणे घेतात. असे नकली साधू बाह्यांगाने साधेपणाचे नाटक करीत असतात. पण साधूंच्या निःस्वार्थ, निरपेक्ष, निःसंग आणि अनासक्त जीवनशैलीपासून हजारो कोस दूर असतात. ते साधूचे सोंग वठविताना आढळतात. जटाधारी, भगवी वस्त्रे, विभूती किंवा राख अंगावर माखलेले, तसेच गळ्यात माळ धारण केलेले साधूची भूमिका वठवित समाजाची दिशाभूल करीत असतात.

अशा ढोंगी साधूच्या बाह्यरंग रूपाला भुलून न जाता, त्यांचे अंतरंग ओळखले पाहिजे. 'का रे भुललासी वरलिया रंगा' या ओळीप्रमाणे वरपांगी आढळणाऱ्या लक्षणांवरून कोणासही साधू समजता कामा नये. पहिल्या चरणाच्या उत्तरार्धात 'कर्म

करूनी म्हणती साधू' या ठिकाणी कर्म या शब्दाचा अर्थ दुष्कर्म किंवा वाईट कर्म असा घेणे अभिप्रेत आहे. चारित्र्यहीन व्यक्ती अंगावर कितीही साधूसारखी रंगरंगोटी करीत असली, तरी त्यांच्या वर्तनावर लक्ष ठेवले पाहिजे. संबंधित व्यक्तीच्या कार्याची शहानिषा, चिकित्सा केली पाहिजे. अनेक कसोट्यांवर तिला पारखले पाहिजे. ती व्यक्ती काय काय करते आणि भोळ्याभाबड्या स्त्रिया, पोरे आणि भाविकांना आकर्षित करून स्वतःचे ईप्सित, हेतू कसे साध्य करते, हे तपासले पाहिजे. असे ढोंगी बाबा, साधू, घात करणाऱ्या व्यक्तींपासून सावध राहाणेच शहाणपणाचे आहे. अशी व्यक्ती, स्वतःच्या अंगाला भस्म फासून लोकांना कळणार नाही, स्वतःचे पितळ उघडे पडणार नाही, बिंग फुटणार नाही याची काळजी घेत पापकर्मे करत असतो. मांजर दूध पिताना डोळे झाकून दूध पिते. तेव्हा तिला वाटते की तिला कोणीही पाहात नाही. ढोंगी बुवांचा समजही असाच असतो. स्वतःच्या डोळ्यांवर कातडी ओढून निषिद्ध कार्य ते करतात. परंतु, चिकित्सक लोक शेकडो डोळ्यांनी त्यांच्या वर्तनाकडे पाहात असतात. त्यांची वागणूक तपासत असतात, हे त्यांच्या लक्षात येत नाही आणि एक दिवस त्यांच्यातील खोटेपणा उघडकीस येतोच. खोटेपणा, फसवेगिरी, लफंगेगिरी काही काळ चालू शकते. परंतु, अधिक काळ टिकू शकत नाही. त्यांच्या पापाचा घडा भरला असला, की पाप उघडे पडते आणि मग दर्शनार्थी त्यांचे पारिपत्य करतात. कोणतेही नकली टिकाऊ नसते. अल्पावधीसाठी ते भुरळ पाडू शकते. पाण्यात चालणारी खरी नाव दूरदूरचे अंतर कापू शकते. परंतु, कागदाची नकली नाव काही अंतरावर जाऊन पाण्यात बुडते. तसेच अशा ढोंगी लोकांचे होऊन जाते. पाप उघडकीला आले असता, त्यांची पळता भुई थोडी होते, आणि एक ना एक दिवस समाजाच्या रोषाला बळी पडण्याची पाळी अशा व्यक्तींवर येत असते, हे निःसंशय होय.

तिसऱ्या चरणात संत तुकाराम स्पष्ट करताना नमूद करतात की, बैरागी असल्याचा भास निर्माण करणारा साधू 'विषयी' असतो. व्यभिचार आणि वासनेने युक्त आचरण करीत असतो. विषयाचा आनंद लुटणारा हा बैरागी एखादा सोहळ्याचा आनंद लुटत असल्यासारखा विषयाची मजा उपभोगत असतो. अर्थात सोहळा म्हणजे आनंदाचा प्रसंग. अशा आनंदाच्या प्रसंगी सर्वसाधारणपणे व्यक्ती मग्न होत असते. समरसून आनंदाचा अनुभव घेत असते. तल्लीन होऊन त्या प्रसंगाचा आस्वाद घेत असते. तसेच हा वरून बैरागी वृत्तीचे दर्शन घडवीत विषयाची मनसोक्त उपभोग घेण्यात मग्न होऊन जात असतो. अशा ढोंगी साधूच्या तऱ्हा आणि उपभोगाच्या करामती किती तरी सांगता येण्यासारख्या आहेत. परंतु, उदाहरणादाखल संक्षिप्तपणे त्याचा उल्लेख संत तुकाराम महाराज करतात.

अभंगाच्या शेवटच्या चौथ्या चरणाच्या उत्तरार्धात महाराज म्हणतात *'जळो त्यांची*

संगती' अर्थात, व्यवहारात लोक एखाद्या अप्रिय गोष्टीला वैतागून 'काडी लावा' असे उद्गार काढताना आढळतात. त्याप्रमाणे अशा ढोंगी लोकांचे नाव काढू नका, त्यांच्या जवळपास फिरकू नका, त्यांच्या सावलीला उभे राहू नका, असा गंभीर इशारा देऊन जनमानसांला सावध करीत आहेत.

समाजातले जीवनाच्या बहुविध क्षेत्रांत खोटारड्या लोकांची भरमार आहे. अनेक युक्त्या लढवून समाजातील भोळ्याभाबड्या लोकांच्या विश्वासाची ते पिळवणूक करतात किंवा विश्वासघात करीत असतात. मग ते धार्मिक क्षेत्र असो, राजकीय क्षेत्र असो, अथवा सामाजिक क्षेत्र असो. फसव्या लोकांची संख्या प्रचंड प्रमाणावर आढळते. अशी नाटकी मंडळी सेवेचा अभिनय करीत, समाजसेवेचे नाटक करून स्वतःची तुंबडी भरून घेतात आणि पर्यायाने समाजाचे अहित करीत असतात. हे सर्व प्रकार भारतीय जनमानसाला अनभिज्ञ नाहीत. तरीसुद्धा अशा नाटकी मंडळींची चलती पदोपदी आढळते. त्या प्रवृत्तीचे विवेचन या ठिकाणी करणे अप्रस्तुत ठरेल. परंतु, अनुषंगाने त्याचाही उल्लेख करणे भाग आहे.

अशा घातकी लोकांपासून, साधूंपासून किंवा आधुनिक काळाच्या संदर्भात नेत्यांपासून जागरूक राहणे आवश्यक आहे. महाराज अत्यंत आवेशाने त्याविषयी उद्गार काढतात. अशा लोकांच्या नादी लागणे तर फार दूर, अशा लोकांच्या वाऱ्यालाही थांबू नये. दुष्टांची संगती घातक असते. असा सावधानतेचा सल्ला देताना, महाराज अशा लोकांच्या संगती संबंधित किंवा सान्निध्यासंबंधी घृणा व्यक्त करतात. अशा लोकांचा त्याग करा, असा उपयुक्त सल्ला समस्त लोकांना देतात. यासाठी त्यांनी केलेली शब्दरचना *'जळो त्यांची संगती'* अशी करतात. अर्थात अशा लोकांना नेस्तनाबूत करणे किंवा यांच्यापासून योग्य अंतर राखणे, हेच श्रेयस्कर आहे. असा उपदेश प्रस्तुत अभंगाद्वारे करतात.

☆☆☆

५

देह देवाचे मंदिर । आत आत्मा परमेश्वर ॥
जशी उसांत हो साखर । तसा देहात हो ईश्वर ॥
जसे दुधामधे लोणी । तसा देही चक्रपाणी ॥
देव देहात देहात । का हो जाता देवळात ॥
तुका सांगे मूढजना । देव देहीं का पाहा ना ॥

देव कुठे आहे? हा मानवाला पडलेला एक अत्यंत बिकट प्रश्न आहे. हिंदू लोक देव स्वर्गात आहे, असे मानतात. त्याचप्रमाणे पुराणानुसार सूर्य लोक, पितृलोक, वैकुंठ लोक, कैलास, ब्रह्म लोक अशी लोकांची कल्पना हिंदू आध्यात्मिक ग्रंथात आहे. काही विधर्मींच्या मते देव चौथ्या आस्मानात आहे, तर काहींच्या मते सातव्या आसमानात आहे. हा सर्व मानवाच्या बुद्धीच्या कल्पकतेचा कल्पनाविलास आहे, असे माझे वैयक्तिक मत आहे.

वैदिक सिद्धांतात परमात्मा सर्वव्यापक आहे, हा विचार प्रमुख आहे. परमात्मा एकदेशीय नसून तो चराचरात व्याप्त आहे, अशी धारणा आहे. वैदिक तत्त्वज्ञानात मूर्तिपूजा मान्य नाही. मूर्तिपूजा याचा अर्थ देवमूर्तीत आहे आणि मूर्तीची पूजा करणे देवपूजा होय. मूर्तीची स्थापना देवळात केली जाते. हिंदू समाजात अनेकेश्वर मानतात. हिंदू एकेश्वरवादी नसून अनेकेश्वरवादी आहेत. जेवढे देव मानण्यात येतात, तेवढ्या देवांची देवळे भारतात दऱ्याखोऱ्यात, भूभागावर, पर्वत शिखरावर, नदी किनारी, समुद्र किनारी, जंगलात किंवा गुहेत मूर्तीच्या रूपात आहेत. त्यात देवांचे वास्तव्य मानले जाते. भारतात म्हणून देवळाची प्रचंड मोठी संख्या आहे. लाखांच्या संख्येने देवळे आहेत. काही अतिप्राचीन, प्राचीन तर काही अर्वाचीन आहेत. आधुनिक काळातील नव्या बांधकाम तंत्रज्ञानाचा वापर करून, आधुनिक साहित्याचा वापर करून बांधलेल्या

भव्य, आकर्षक आणि सुंदर मंदिरांची संरचना फार मोठी आहे. मंदिरांची आणि प्राचीन देवळातील मूर्तींच्या दर्शनासाठी जाणाऱ्या भाविकांची संख्याही कोट्यवधीत आहे. अर्थात, भाविकांच्या दृष्टीने बांधलेली देवळे हेच परमात्म्याचे निवासस्थान आहे, अशी सर्वसाधारणपणे सर्वसामान्यांची सार्वत्रिक, विश्वासपूर्ण श्रद्धा आहे.

संत तुकाराम या अभंगाद्वारे देवाचा ठावठिकाणा सांगतात. मनुष्याचा देह अर्थात शरीर हेच मंदिर आहे. या मंदिरात परमात्मा विराजमान आहे. पहिल्या चरणात हे स्पष्ट करताना संत तुकाराम म्हणतात, शरीर हे मंदिर आणि आतील आत्मा हाच परमात्म्याचा अंश आहे. अर्थात, परमात्मा मानवाच्या शरीरात वास करतो. बाह्य जगात परमेश्वर शोधण्याऐवजी तो मानवाच्या हृदयात अर्थात शरीररूपी मंदिरात आहे. संत तुकारामांच्या या विवेचनामुळे *'तुज आहे तुजपाशी, परी तू जागा चुकलासी'* याचाच अनुभव येतो. मराठीतील एक प्रचलित म्हण आहे, *'काखेत कळसा अन् गावाला वळसा'* अशाप्रकारे देवाच्या बाबतीत आहे. देव आत्मरूपात अंत:करणात आहे. त्याला इतरत्र शोधण्याची गरज नाही. विनाकारण धावपळ करण्याची आवश्यकता नाही, असे महाराज अभंगाच्या पहिल्या चरणात स्पष्ट करतात.

महाराज उदाहरणाद्वारे हा विचार अधिक प्रभावीरीत्या निरूपण करतात. उसात जशी साखर आहे, तसाच देहात परमात्मा आहे. यासाठी महाराज दुसऱ्या चरणात म्हणतात 'जशी उसात हो साखर, तसा देहात हो ईश्वर' दुसरे उदाहरण दुधातील लोण्याचे अर्थात नवनीताचे दिले आहे. दुधात अदृश्य रूपात नवनीत व्यापलेले असते. त्यानुसार तो चक्रधारी परमात्मा मानवी देहातच लपून बसला आहे. नवनीत जसे दृश्य नाही, दुधात अदृश्य रूपात असते. तसा देवही शरीरात असतो.

चौथ्या चरणात महाराज पुनरुक्ती करतात, 'देहात' या शब्दाचा उच्चार द्विरुक्ती होते. यातून महाराजांचा देवाचा स्थानासंबंधीचा दृढ विश्वास व्यक्त होतो. देव देहात आहे, हा विचार ठामपणे महाराज व्यक्त करतात. हे प्रतिपादन करताना महाराज प्रश्न करतात, 'देव शरीर मंदिरात आहे, तेव्हा देवळात जाताच कशाला?' तो एवढा समीप, अंतस्थ असताना, त्याला शोधण्यासाठी देवळातली भटकंती कशासाठी? असा रोकडा सवाल तुकाराम महाराज वाचकांना तसेच श्रोतृवर्गाला विचारतात.

शेवटच्या चरणात महाराज देवळात देव शोधणाऱ्यांची संभावना 'मूढजन' या शब्दात करतात. मूढ याचा अर्थ बुद्धिहीन किंवा अज्ञानी. महाराजांचे हे संबोधन लोकांच्या अडाणी असण्यासंबंधी आहे. देहातच देव आहे, त्याला तेथेचि पाहा ना, असे अभंगाच्या शेवटच्या चरणाच्या उत्तरार्धात म्हणतात, 'देव देही का पाहा ना.' मंदिरात धावपळ करण्याऐवजी, विनाकारण शोधाशोध करण्याचे परिश्रम न करता, दृष्टीला अंतर्मुख करून देवाला हृदयातच पाहा की. तो तेथेच बसला आहे. देव अंतस्थ

बसून माणसाची देव शोधण्याची धावपळ पाहात आहे या प्रयत्नांत माणसाची कशी तारांबळ उडत आहे, त्याची कशी त्रेधातिरपिट उडत आहे, याची गंमतही पाहात आहे. हा परमेश्वराचा खेळ असून त्याचे मनोरंजनही आहे. किंबहुना ही परमात्म्याची एक प्रकारची लीलाच आहे. माणूस मात्र या लीलेसंबंधी अनभिज्ञ असून तो बाहेरच भरकटलेला आहे.

त्याचा एक प्रकारे गोंधळ उडाला आहे. अशा मार्ग भ्रष्ट झालेल्या मानवास महाराज सुचवितात "अरे वेड्या, स्वतःच्या आत पाहा, अंतर्मुख हो, अंतःचक्षू उघड." त्या परमकृपाळू परमात्म्याचे दर्शन तुला तिथे आणि केवळ तिथेच होईल. महाराजांच्या उपदेशावर विश्वास ठेवून परमात्म्याचा शोध शरीराच्या आत शरीररूपी देवळात घेणे, हेच बुद्धी शाबूत असणाऱ्याचे काम आहे. यासाठी सर्वप्रथम संतांच्या सांगण्यावर विश्वास ठेवणे, ही पहिली पायरी असून, अंतःचक्षूंना उघडे करणे, ही दुसरी पायरी आणि हृदयस्थ परमेश्वराला पाहण्यासाठी आत पाहाणे, एवढेच केले असता प्रकाशरूपी परमात्मा हृदयाच्या आकाशात प्रकाशित होईल. तेव्हाच मानवातील अज्ञानाचा अंधकार दूर होईल. मनमंदिरात देवाचे दर्शन होईल आणि हीच सुज्ञ जनांची कृती समजली जाईल आणि हेच आत्मज्ञान होय.

देहाच्या देवळात देव विराजमान आहे, याचे ज्ञान मानवास झाले असता काय परिणाम होतील? पहिली गोष्ट आपण जे खातो ते अभक्ष्य नाही ना, हा प्रश्न विचारला पाहिजे. स्वतः उत्तरही दिले पाहिजे. मानवप्राणी हा मुलतः शाकाहारी प्राणी आहे. त्याचे प्रमाण त्याचे दात आणि नखे आहेत. हिंस्त्र प्राण्याचे दात सुळ्यांसारखे असतात आणि नखेही तीव्र काट्यासारखी शस्त्र स्वरूपात असतात. उदा. वाघ, सिंहाचे पंजे. अतिप्राचीन काळी अश्मयुगात मानवही पशूंप्रमाणे मांसाहार करीत असावा. मनुष्यप्राणी हा एकमेव असा प्राणी आहे, ज्याला उपजत प्राथमिक स्वरूपाचे हे ज्ञान नसते. प्रत्येक बाब त्याला शिकवावी लागते. पशूंना आवश्यक ज्ञान उपजत प्राप्त असते. मानवात ज्ञान जागृत करावे लागते. त्याला प्रशिक्षणाचीही गरज असते. मानवाने अनेक प्रकारचे व्यवहारज्ञान सृष्टीतील इतर पशूंच्या जीवनाच्या व्यवहाराच्या निरीक्षणातून प्राप्त केले आहे.

पशू इतर कमकुवत किंवा दुर्बल प्राण्याची शिकार करून उपजीविका करतो. आदिमानवाने हे पाहून दुर्बलांची हत्या करून पोट भरण्याचा अवलंब केला. स्त्री-पुरुष मीलनाचे पाठही त्याला पशूच्या या संबंधीच्या कृतीतूनच प्राप्त झाले आहेत. पशू, पक्षी, निसर्ग, सृष्टी आदींपासून त्याला अनेक गोष्टीचे ज्ञान अवलोकनाद्वारे प्राप्त झाले आहे. ज्यांच्या ज्यांच्यापासून जे जे ज्ञान त्याला प्राप्त झाले, ते सर्व मानवाचे आदिगुरूच म्हटले पाहिजेत. काळाच्या ओघात आणि सुधारणांच्या प्रवाहात मानव अनेक क्षेत्रांत प्रगती

करू लागला. धान्य पिकविणे या कृषी क्षेत्रातील उपक्रमाचे ज्ञान झाले, तेव्हा धान्य हे त्याचे अन्न झाले, जे त्याचे नैसर्गिक खाद्य होय. फळे खाणे पक्ष्यांकडून मानव शिकला. जीवसृष्टीतील घटकांच्या वर्तनातून मानव प्रारंभिक काळापासून शिकत आला आहे. प्रस्तुत विषय माणसाने काय खावे आणि काय खाऊ नये, या प्रश्नांसबंधी आहे. शाकाहार अथवा मांसाहार यांच्या उपयुक्ततेबद्दल मतभेद असू शकतो. त्या वादात मत व्यक्त करणे, हा लेखाचे प्रयोजन नाही. यासंबंधीचा निर्णय व्यक्तिसापेक्ष असतो. तुलनात्मकदृष्ट्या शाकाहार हा मानव प्रकृतीसाठी पूर्णपणे निर्दोष आहार आहे, असे अनेक विद्वानांचे मत आहे

देहाच्या देवळात देव आहे. तेव्हा निर्दोष आहार, सात्त्विक आहार ग्रहण करणे योग्य आहे. मांस, मदिरा, तंबाखू, अफू, गांजा असे पदार्थ खाण्याच्या सवयी असणाऱ्यांनी देहातील देवाचे स्मरण ठेवून सात्त्विक आहार सेवन करावा. तामसीक आहाराचा त्याग करावा. भगवद्गीतेत भगवान श्रीकृष्ण अर्जुनाला सांगतात -

अहं वैश्वानरो भूत्वा प्राणिनां देहमाश्रितः ।
प्राणापानसमायुक्तः पचाम्यन्नं चतुर्विधम् ॥ गीता अ १५- श्लोक १४

अन्नाचे चार प्रकारांत वर्गीकरण केले जाते..

- चावले जाते असे (खाद्य)
- गिळले जाते असे (पेय)
- चोखले जाते असे (चोष्य)
- चाटले जाते असे (चाट्य)

हे चारही प्रकारच्या अन्नातील परमात्मा जठराग्नीच्या रूपात मानव शरीरात राहतो आणि प्राण-अपान या क्रियाच्या संलग्नतेतून अन्न पचवितो. याचा अर्थ शरीरातील चैतन्य आणि ऊर्जा अन्नपचनातून तयार करण्याचे कार्य परमात्मा करीत असतो. शरीरातील अग्नी हे परमात्म्याचेच रूप होय. अन्नाचे पचन परमात्मा करतो, हा याचा अर्थ आहे. त्या परमात्म्यास कोणत्या प्रकारच्या अन्नाचा पुरवठा करायचा? अर्थात शुद्ध की अशुद्ध हे ज्याचे त्याने ठरवावे. आरोग्यदायक खाद्य किंवा पेय स्वीकारावे किंवा रोग, अनारोग्य निर्माण करणारे अन्न पोटात ढकलावे, हा विचार करण्याजोगा विषय आहे.

याच अध्यायातील १५ वा श्लोक खालीलप्रमाणे आहे -

सर्वस्य चाहं हृदि सन्निविष्टो । मत्तः स्मृतिर्ज्ञानमपोहनं च ॥
वेदैश्च सर्वैरहमेव वेद्यो । वेदान्तकृद्वेदविदेव चाहम् ॥ गीता अ-१५ श्लोक-१५

या श्लोकातील प्रस्तुत लेखाच्या संदर्भात पहिले चरण विचारात घेत आहोत. ते *'सर्वस्य*

चाहं हृदि सन्निविष्टो' हे होय. भगवान म्हणतात, 'मीच सर्व प्राणिमात्रांच्या हृदयात उत्तम रीतीने आत्मरूपाने प्रवेश केला आहे.' या श्लोकाच्या आणि संत तुकारामांच्या अभंगातील पहिल्या चरणाचा 'देह देवाचे मंदिर । आत आत्मा परमेश्वर' याचा एकच अर्थ निघतो. देव हृदयात आहे. हृदय हेच परमात्म्याचे देऊळ आहे, याचे ज्ञान मानवास खऱ्या अर्थाने झाले असता, तो वाईट आणि निषिद्ध कर्मापासून परावृत होतो.

निषिद्ध कर्मे कोणती ?

पंचज्ञानेद्रियांच्याद्वारे कर्म संपन्न होत असते. मुखाद्वारे अन्नग्रहण, कानाद्वारे श्रवण, नाकाद्वारे श्वसन, बुद्धीद्वारे विचार-चिंतन आणि डोळ्यांद्वारे दर्शन. ज्या अर्थी हृदयस्थ परमात्मा मान्य आहे, त्या अर्थी चांगले सात्त्विक खावे, परमात्म्याच्या स्वरूपाचे आणि गुणांचे श्रवण करावे, सुगंधयुक्त वायूचे ग्रहण करावे, अर्थात स्वच्छतेचा विचार करावा. बुद्धीद्वारे सतत परमात्म्याचे चिंतन, उत्तम विचारांचे मनन करावे आणि चक्षुद्वारे उत्तम दृश्यांचे, सुंदरतेचे दर्शन करावे. अर्थात परमात्म्याचे रूप सतत नेत्रांत साठवावे. वाचेने मधुर बोलावे, शुद्ध विचार मधुर अभिव्यक्तीला पूरक असतात. अशा प्रकारच्या जीवनशैलीचे अवलंबन केले असता, हृदयस्थ परमात्मा प्रसन्न होतो. देह देवाचे मंदिर हे खऱ्या अर्थाने प्रकट होते, अनुभवाला येते. परिणामतः मनुष्याचे जीवन योग्य मार्गावर मार्गस्थ होते. तसेच शुद्ध चरणाच्या दिशेने गतिमान होते. यासाठी महाराज म्हणतात 'हे मूढ मानवा, देवाला देहात का पाहात नाहीस?'

☆ ☆ ☆

६

बोले तैसा चाले । त्याची वंदावी पाउले ॥
अंगे झाडीन अंगण । त्याचे दास्यत्व करीन ॥
त्याचा होईन किंकर । उभा ठाकेन जोडोनी कर ॥
तुका म्हणे देव । त्याचे चरणी माझा भाव ॥

संत तुकाराम महाराज या अभंगात बोलणे आणि वागणे यासंबंधी निरूपण करीत आहेत. बोलणे आणि चालणे अर्थात वागणे, यात विसंगती असू नये. उक्तीच्या अनुरूप कृती असावी. विचार आणि आचरण यात सुसंगती असावी, असा महत्त्वपूर्ण, सखोल आणि अर्थपूर्ण अभंग मानवाला उत्कृष्ट मार्गदर्शन करणारा आहे.

सत्ययुगात लोक सत्य बोलत आणि बोलल्याप्रमाणे वागत. नंतरच्या प्रत्येक युगात थोडा थोडा फरक पडत गेला. सध्याचे युग कलियुग आहे. या युगात बोलणे आणि वागणे यात फरक आढळतो. प्रत्येक युगाचे चार खांब असलेल्या धर्माचा एक-एक पाय कमी होत गेला, असे धर्मग्रंथात वर्णन आहे. या युगात कलीचा प्रवेश झाल्याने मूळच्या धर्माचरणात अधर्माचरणाचा प्रवेश झाला, असे धर्मग्रंथात वर्णन आहे. भगवान श्रीकृष्णाच्या वैकुंठगमनानंतर कलीचे अवतरण धरतीवर झाले आणि मानवाच्या डोक्यात अनीतिपूर्ण आचरणाचा प्रारंभ झाला. हा कलीचा प्रभाव होय. हा झाला पुराणाचा विषय. समस्त मानवप्राणी अनीतीपूर्ण वागतात, असा याचा अर्थ काढू नये, ही अपेक्षा.

फार मागे जाण्याची आवश्यकता नाही. केवळ पौराणिक संदर्भ नमूद करणे एवढा मर्यादित उद्देश आहे. संत तुकारामांच्या अभंगाचे विवेचन करणे, हे प्रस्तुत लेखाचे प्रयोजन आहे. महाराज म्हणतात, 'जी व्यक्ती जे विचार मुखातून वदते, त्यानुसार त्याचे वागणे असेल तर त्याचे पाय धरले पाहिजेत. त्याला वंदन केले पाहिजे.' अर्थात

अशी व्यक्ती वंदनीय असते. अशा व्यक्तीपुढे लोटांगण घातले पाहिजे. कारण अशी व्यक्ती वंदनीय असते. महाराजांच्या काळात खरे बोलणाऱ्या व बोलाला तोलणाऱ्या अर्थात बोलानुसार व्यवहारात वागणाऱ्या व्यक्ती होत्या. त्यांची संख्या किंवा प्रमाण निश्चितच कमी असावे. किंबहुना अशा व्यक्ती दुर्मिळच म्हटल्या पाहिजेत. अशा वचनबद्ध व्यक्तीच्या घराचे अंगण स्वतःच्या हाताने स्वच्छ करून ते झाडीन, असे मनोगत महाराज व्यक्त करतात. केवळ एवढे बोलून महाराज थांबत नाहीत, तर अशा व्यक्तीचा दास होईन, त्याचे दास्यत्व पत्करीन, असा मनोदय महाराज व्यक्त करतात. बोलाप्रमाणे वागणारी व्यक्ती महाराजांच्या दृष्टीने किती उच्च दर्जाची आणि महनीय आहे, हेच यावरून स्पष्ट होते. दास होणे, याचा अर्थ शरण जाणे किंवा संपूर्ण समर्पण भाव व्यक्त करणे. महाराज अशा व्यक्तिप्रति समर्पण भाव व्यक्त करताना दिसतात. हा त्यांचा उपदेश समस्त समाजाला आहे. समाजात अशी व्यक्ती दिसली असता, तिला वंदन करावे, असे ते सुचवितात.

तिसऱ्या चरणातही महाराज अशा व्यक्तींचा 'किंकर' अर्थात दास होईन आणि त्यांच्यासमोर हात जोडूनी, अर्थात हात बांधून आज्ञेच्या प्रतीक्षेत उभा राहीन, या शब्दांत भावना व्यक्त करतात. दुसऱ्या चरणात दास होईन, या आशयाचीच पुनरावृत्ती महाराज तिसऱ्या चरणात करतात. याचा अर्थ या कृतीला महाराज ठासून नमूद करीत आहेत. या पुनरुक्तीद्वारे या कृतीचे महत्त्व अधोरेखित करतात.

शेवटच्या चौथ्या चरणात संत तुकाराम अशा व्यक्तीला देव मानतात. अशा प्रकारे त्या व्यक्तीला 'देव' या उपाधीने गौरविल्यामुळे, ती व्यक्ती आपोआपच वंदनीय, नमनीय होते. या चरणाच्या उत्तरार्धात महाराज म्हणतात, 'त्याचे चरणी माझा भाव,' अर्थात देवाप्रति जशी अनन्य शरणागती किंवा संपूर्ण समर्पण भाव असतो, तसाच समर्पण भाव अशा कृतिशील व्यक्तीप्रति ठेवला पाहिजे, असे महाराज निरूपण करतात. देवपद हे सर्वश्रेष्ठ पद आहे. देव आणि भक्त असे नाते मनुष्य आणि देव यांच्यामध्ये असते. ज्या अर्थी अशा वचनबद्ध व्यक्तीला देवत्व बहाल केले जाते, तेव्हा त्या व्यक्तीप्रति जे निर्माण होते ते भक्तिभावात रूपांतरित होते. बोलण्यानुसार वागणे, हे कार्य किती महत्त्वाचे आहे, याचे अप्रतिम वर्णन महाराज या अभंगात करतात.

हिंदू धर्माचे तत्त्वज्ञान उच्च दर्जाचे आहे. वैचारिक आणि तत्त्वज्ञानाची उंची शिखराप्रमाणे आहे. परंतु, तत्त्वज्ञानाचे व्यवहारातील आचरण त्यानुसार आहे का? या प्रश्नाचे उत्तर शोधावे लागेल. हिंदू धर्मामध्ये 'भूतदया' हा विचार मांडला आहे. सर्व प्राणिमात्रांप्रति मैत्रभाव, दयाभाव असावा, हा तो विचार. परंतु, हिंदूधर्मीयांचे आचरण स्त्री, शूद्रांच्या बाबतीत समतेच्या विचारांच्या प्रतिकूल आहे. स्वामी विवेकानंद एके ठिकाणी म्हणतात, 'हिंदू धर्माइतकी तत्त्वे सांगणारा दुसरा धर्म नाही आणि हिंदू

लोकांइतके ती प्रत्यक्ष आचरणात न आणणारे लोकही अन्यत्र सापडणार नाहीत.' *(भारतीय संस्कृती, लेखक साने गुरुजी, पृष्ठ क्रमांक १३)*

मराठीत एक म्हण अत्यंत सुप्रसिद्ध आहे - *'लोका सांगे ब्रह्मज्ञान, आपण कोरडे पाषाण.'* केवळ ज्ञानाची पोपटपंची उपयोगाची नाही, ज्ञानानुसार आचरण किंवा कर्म हवे, तर त्या तत्त्वज्ञानाचे महत्त्व आहे. अथवा तत्त्वज्ञान सांगणे, पण त्यानुसार आचरण नसेल तर निरर्थक व्यर्थ बडबड होय. म्हणून जसे वागता येते, तेच बोलले पाहिजे. तेव्हाच ते बोलणे अर्थपूर्ण होत असते.

प्रत्यक्ष व्यवहारात अशा अनेक व्यक्ती आढळतात. विविध क्षेत्रांतील त्या व्यक्ती असतात. शिक्षण, व्यापार, उद्योग, राजकारण आणि धर्माचरण या सर्व क्षेत्रांत बांधिलकीला असाधारण महत्त्व असते. व्यापार आणि उद्योग केवळ शब्दांवर चालतो. उदाहरणार्थ, वस्तूचे सौदे जे होतात, ते केवळ शब्दांवरच होतात. त्याचे पालनही करण्याची परंपरा पाळली जाते. परंतु, राजकारणात दिलेला शब्द पाळला जातोच, असे क्वचितच घडते. निवडणुकीत राजकीय पक्ष जाहीरनामे प्रसिद्ध करतात, आश्वासने देतात, निवडून येतात. पण आश्वासने पाळली जात नाहीत. आश्वासने जाहीर करणे आणि त्याचे पालन किंवा अंमलबजावणी न करणे यालाच बहुधा राजकारण म्हणतात.

आता धार्मिक क्षेत्राचा थोडा विचार केला पाहिजे. प्रवचन, व्याख्यान, कथा, कीर्तन करणाऱ्या काही व्यक्ती जे तत्त्वज्ञान सांगतात, त्याचे पालन त्यांच्या वैयक्तिक आचरणात क्वचितच आढळते. आसक्ती सोडा, मोहाचा त्याग करा, लोभ धरू नका, क्रोध करू नका, वासनांना काबूत ठेवा हे सर्व विचार व्यासपीठावरून, सभागृहातून मांडण्यासाठी उपयुक्त आहेत. परंतु, याचा प्रभाव श्रोतावर्गावर पडत नाही. *'नळी फुंकली सोनारे, इकडून तिकडे वारे गेले'* अशा स्वरूपाचे श्रवण होते. परिणाम मात्र शून्य. याचे कारण निरुपणाला व्याख्यानकर्त्याच्या आचरणाची जोड नसते. श्रोत्यांना व्याख्यानकर्त्याच्या वैयक्तिक जीवनातील व्यवहार माहीत असतात. उणिवा ज्ञात असतात. व्याख्याता *'लोकांसांगे ब्रह्मज्ञान, स्वतः कोरडे पाषाण'* या श्रेणीतील आहे, हे माहीत असते. म्हणून त्याच्या बोलण्याचा प्रभाव शून्य असतो. व्याख्यान केवळ करमणूक होऊन जाते. विचाराचा परिणाम साधावयाचा असेल, तर त्याला आचरणाची जोड पाहिजे. त्याचप्रमाणे जो विचार मांडला जातो, त्याचा अनुभव व्याख्यात्याने घेतलेला असला पाहिजे. अनुभवातून निघणारे बोल अधिक परिणामकारक ठरत असतात. गुळाचे फायदे सांगणाऱ्याने स्वतः काही दिवस गूळ खाऊन त्याचे फायदे अनुभवले असतील, तरच त्याला गुळाचे फायदे सांगण्याचा अधिकार असतो. काही थोर व्यक्ती स्वतः अनुभव घेतल्याशिवाय कोणतेही प्रतिपादन करीत नाहीत. महात्मा गांधींच्या बाबतीतही असेच आहे. बापूजी अनुभवाशिवाय, प्रयोगाशिवाय कोणत्याही

विषयाबद्दल मत व्यक्त करीत नसत. अनुभवाचे पाठबळ असलेले विचार श्रोत्याच्या हृदयाला भिडतात. तेव्हाच त्याची शुभ निष्पत्ती दृष्टीस येते. जगद्‌गुरू संत तुकाराम महाराजांनी प्रस्तुत विचार एका ओळीत किंवा चरणात मांडला आहे. तो अर्थात *'बोले तैसा चाले, त्याची वंदावी पाऊले'* याच अर्थाचा संत तुकाराम महाराजांचा एक अभंग प्रस्तुत करीत आहे -

मुखें बोले ब्रह्मज्ञान । मनीं धन आणि मन ॥
ऐशियाची करीता सेवा । काय सुख होय जीवा ॥
पोटासाठी संत । झाले कलींत बहुत ॥
विरळा ऐसा कोणी । तुका घाले लोटांगणी ॥

- श्री तुकाराम गाथा बाबूराव हरी देवडीकर ग्रंथातील अभंग क्रमांक ९०३

☆☆☆

७

विष्णुमय जग वैष्णवांचा धर्म। भेदाभेदभ्रम अमंगळ ॥
आइका जी तुम्ही भक्त भागवत। कराल ते हित सत्य करा ॥
कोणाहि जीवाचा न घडो मत्सर । वर्म सर्वेश्वरपूजनाचे ॥
तुका म्हणे एका देहाचे अवयव। सुखदुःख जीव भोग पावे ॥

जगद्गुरू संत तुकारामांचा हा अत्यंत सुप्रसिद्ध अभंग आहे. या अभंगात सामाजिक समतेचा विचार मांडलेला आहे. प्रस्तुत अभंग सामाजिक क्रांतीचा आशय अभिव्यक्त करणारा आहे. हिंदू धर्मावलंबी बांधवांनी यातून बोध घेणे अत्यंत आवश्यकही आहे आणि उपयुक्तही आहे. हिंदू धर्म संघटन सशक्त होण्याच्या दृष्टीने या अभंगाचे महत्त्व अनन्यसाधारण आहे.

संत तुकारामांनी सामाजिक समतेचा हा विचार साडेचारशे वर्षांपूर्वी समाजासमोर ठेवला. तत्कालीन समाजव्यवस्थेच्या संदर्भात हा विचार मांडणे हे धैर्यच होय. प्रस्थापित रूढी, परंपराग्रस्त समाजाला असा उपदेश करणे हे अपूर्व धाडस होय. समाजसुधारणेच्या विचाराला सत्तेचे पाठबळ असल्याशिवाय विचार समाजमान्य होत नसतो. तसेच तो विचार केवळ ग्रंथात बंदिस्त होतो. अंमलबजावणी करण्याचे सामर्थ्य संतांच्या ठायी नव्हते आणि असू शकत नाही. महाराजांनी ही विषमता नष्ट करण्याचा विचार तरी मांडला हेच त्यांचे 'विद्रोही तुकाराम' हे नामाभिदान सार्थ करण्यास पुरेसे आहे. ज्या काळात संत तुकाराम महाराज जगत होते, त्या काळात प्रस्थापितांनी त्यांचा अतोनात छळ केला, हा इतिहास आहे. सामाजिक परिवर्तनाचा विचार मांडणाऱ्या समाजसुधारकांना सामाजिक उपेक्षा आणि विरोधाला सामोरे जावे लागतेच. संत तुकारामही या सामाजिक प्रवृत्तीला अपवाद नव्हते. टाकीचे घाव सोसूनच संतपण मिळते आणि देवपणही मिळते. संत तुकारामांनी सामाजिक परंपरावादी व्यवस्थेकडून

प्रचंड प्रमाणावर टाकीचे घणाघाती घाव सोसले होते. तरीही निर्भीडपणे मानवाच्या सत्य धर्माचे बिगूल त्यांनी वाजविले. हे त्यांचे थोरपण आहे. हे त्यांचे मोठेपण आहे. यामुळेच आज समाज त्यांचा 'जगद्‌गुरू' या शब्दात गौरव करीत आहे.

प्रस्तुत अभंगात महाराज काय सांगतात, याचा विचार समजून घेणे क्रमप्राप्त आहे. हे जग कसे आहे? त्यावर महाराजांचे उत्तर 'विष्णुमय' असेच आहे. विष्णू हे वैष्णवांचे परमदैवत आहे. विष्णू हे परमपिता, सर्वशक्तिमान परमात्म्याचे पर्यायी नाव आहे. हा परमात्मा सर्वव्यापक आहे. हा अर्थ 'विष्णुमय जग' असा होतो. मग वैष्णवांचा धर्म कोणता? भेदाभेदाचे पालन न करणे हा विष्णुधर्म होय. हिंदू समाज हा भेदाभेदांनी पोखरलेला तेव्हाही होता, आजही आहे. जातिभेद, उच्च-नीचता, स्त्री-पुरुष असमानता, शूद्र आणि अतिशुद्र, स्पृश्य आणि अस्पृश्य, वर्ण श्रेष्ठत्व, वर्ण कनिष्ठत्व अशा अनेक विचारांवर समाजाच्या मानसिक अवस्थेचे पोषण झालेले होते. यामुळे समाजात अन्याय, अत्याचार, विषमता या दृष्ट प्रवृत्तींना सामोरे जाणे भाग होते. भेदाभेदाच्या विचाराने समस्त समाज व्याधिग्रस्त होता. त्या समाजाला अज्ञानाच्या अंधकारातून मुक्त करून ज्ञानाच्या प्रकाशात सत्याचे दर्शन घडविणे, हे संतांचे कार्य महाराजांनी दृढतेने स्वीकारले होते.

भेदाभेदाच्या चुकीच्या पालनात संपूर्ण समाज व्यग्र होता. भेदाभेदाचे अनुसरण करणे, भेदाभेद मान्य करणे हाच मुळात भ्रम आहे. हे मानवी धर्म अर्थात वैष्णव धर्मपालनातील असत्य आहे. तेव्हा सत्य काय आहे आणि भ्रम काय आहे? हे स्पष्ट केले पाहिजे. मृगजळ ही एक संकल्पना आहे. दूर अंतरावर जल अर्थात पाणी असल्याचा भास होणे आणि प्रत्यक्ष त्या ठिकाणी पाणी नसणे हाच मृगजळाचा भ्रम आहे. माणसामाणसात भेद पाळणे, श्रेष्ठ कनिष्ठत्वाला स्वीकारणे, हे कार्य भ्रमित समाजाचेच लक्षण असू शकते. हिंदू वैष्णव समाज अशा खोट्या भ्रमात गुरफटलेला असून चुकीच्या मार्गावर वाटचाल करीत आहे, हे महाराजांना समाजाच्या निदर्शनास आणून द्यावयाचे होते. तसेच हे भ्रम कसे आहे? खोटे तर आहेच.. पण महाराजांच्या शब्दात 'अमंगळ' आहे. अमंगळ याचा अर्थ अपवित्र असा होतो. सत्याला पावित्र्याचा स्पर्श असतो. तर असत्याचा पर्याय किंवा अर्थ अमंगळता आणि अपवित्रता होय. महाराज ठामपणे निरूपण करताना म्हणतात, 'मानवमात्रात परमात्मा विराजमान आहे. तेव्हा भेदाला स्थानच कुठे आहे?' संपूर्ण मानवजात समान पृष्ठभूमीवर विराजमान आहे. म्हणून या भ्रामक कल्पनेचा त्याग करून सत्य जाणून घ्या. त्याचा स्वीकार करण्याचा उपदेश महाराज प्रस्तुत अभंगाच्या दुसऱ्या चरणात करतात. 'कराल ते सत्य करा' हे समस्त भागवत भक्तांना उद्देशून म्हणतात. याचा अर्थ भागवत भक्तांनी सत्य स्वीकारले पाहिजे. सत्याची कास धरली पाहिजे. हे सत्य प्रत्यक्षात केव्हा अवतरेल? महाराज

त्यासाठीचा उपाय तिसऱ्या चरणाच्या प्रारंभी सांगताना म्हणतात, *'कोणाही जीवाचा न घडावा मत्सर'* कोणत्याही जीवाबाबत मत्सर, द्वेष, दुजाभाव, तिरस्कार भाव असू नये. या ऐवजी काय असावे? प्रेम, बंधुभाव, सहृदयता, आत्मीयता असावी, असा याचा अर्थ होतो. याचे कारण असे की, परमेश्वर सर्वांभूती आहे. सर्व मानवांच्या हृदयात आहे. परस्परांचा द्वेष करणे, इतरांबद्दल मत्सर असणे याचा अर्थ परमेश्वराचा द्वेष करणे होय, हे उमगले पाहिजे. नाहीतर मग सर्वांच्या ठिकाणी परमात्म्याचे अस्तित्व अमान्य करणे असे होईल. सर्वांप्रति प्रीती हे सर्वेश्वराविषयी प्रेम व्यक्त करणे आहे आणि हेच मर्म आहे, हाच अर्थ आहे. हा अर्थ प्रत्येक मानवाला उमगला असता इतरांवर अन्याय, अत्याचार होणार नाही. परस्पर प्रेमाचे परोपकाराचे सहकार्याचे आणि साहचर्याचे वातावरण निर्माण होईल. आंतरिक भेद नष्ट होऊन, परस्पर भातृभाव निर्माण होईल आणि संपूर्ण समाज समरस होईल. ही समरसता सामाजिक एकता, एकात्मता किंवा ऐक्ययुक्त संघटन निर्मितीचे कारण ठरेल. हेच सर्वेश्वर अर्थात सर्वांतरयामी असणाऱ्या परमात्म्याचे पूजन ठरेल. पूजाभाव म्हणजेच भक्तिभाव. प्रेमाची पराकोटी म्हणजेच भक्ती. परस्परांना पूजनीय अथवा आदरणीय, माननीय असे अनेक अंतर्गत भेदभाव संपुष्टात येऊन समस्त समाज एकजिनसी किंवा एकरस होईल.

शेवटच्या चौथ्या चरणात महाराज म्हणतात, एका देहाचे अनेक अवयव असतात. त्याप्रमाणे अनेक जाती या समाजपुरुषाचे अवयवच आहेत. समाजाला एक पुरुष म्हणून कल्पना केली असता, समाजातील समाविष्ट घटक, आपोआपच समाजाची विविध अंगे बनतात. सर्व अंगांचे सुखदुःख अभिन्न स्वरूपाचे होते. उदाहरणार्थ, पायाला जखम झाली असता तिची वेदना मेंदूद्वारे संपूर्ण शरीर भोगत असते. त्याप्रमाणे सुखदुःखाचे भोग भोगणारे वेगळे न राहता, सर्वांचे सुख आणि दुःख हे एकमेकांत परिवर्तित होते. त्याचे दुःख ते माझे दुःख आणि माझे सुख ते इतरांचे सुख, अशी भावना निर्माण झाली असता भेदाभेदाने जखडलेल्या समाजाच्या शृंखला मोकळ्या होतात. शृंखलांनी बंदिस्त झालेला समाज मुक्त होतो.

हिंदू धर्मातील चार वर्णांची उत्पत्ती परमेश्वराच्या शरीराच्या विशिष्ट भागातून झाली आहे, असे उपनिषदांत, वेदांत नमूद आहे. १) मस्तकापासून ब्राह्मण वर्ण, २) बाहूपासून क्षत्रिय वर्ण, ३) पोटापासून वैश्य वर्ण आणि ४) पायापासून शूद्र वर्ण. ही कल्पना उत्पत्तीची असली तरी, हे चारही वर्ण एका परमात्मारूपी पुरुषाच्या शरीराचे भाग आहेत, अवयव आहेत. यांची सुखदुःखे समान आहेत आणि सुखाचा उपभोग आणि दुःख सहन करणे सर्वांसाठी समान आहे, हे समजले असता समाज एकजिनसी होऊन समाजाचे स्वास्थ टिकेल. भेदावर आधारित हेवेदावे, आपपरभाव आदि क्षणार्धात लुप्त

होतील. याचा बोध जनमानसात प्रकट होईल.

संत तुकारामांचे अनेक अभंग सामाजिक सुधारणेच्या संदर्भात आहेत; जे क्रांतिकारक विचारांनी ओतप्रोत असून, समाजासाठी मार्गदर्शक दीपस्तंभासारखे आहेत. अशा अभंगांचे स्पष्टीकरण समाजापर्यंत पोहोचले पाहिजे, असे माझे प्रामाणिक मत आहे. ही लोकजागृती निर्माण करण्याची जबाबदारी प्रामुख्याने कथा, प्रवचने आणि कीर्तने करणाऱ्या महानुभावांवर आहे. परंतु, वस्तुस्थिती अशी आहे की, कीर्तनकार महाराजांचा प्रामुख्याने भक्ती, गुरू माहात्म्ये, संत, श्रेष्ठत्व इत्यादी विषयाच्या निरूपणाकडेच ओढा असतो. सामाजिक सुधारणेचे, क्रांतिकारक विचारांनी भरलेले सामाजिक परिवर्तनाचे, अन्याय, अत्याचार, वाईट चालीरीती, जाचक रूढी-परंपरा निर्मूलनाच्या दृष्टीने जगद्गुरू संत तुकाराम महाराजांनी रचलेल्या अभंगापैकी काही अभंग निवडण्याकडे ते फारसे लक्ष देत नाहीत. वास्तविक पाहता सामाजिक उत्तरदायित्वाच्या आणि लोकजागरणाच्या दृष्टीने असे अभंग निवडायला हवेत, एवढे मी या निमित्ताने वारकरी संप्रदायातील प्रवचनकर्त्यांना सुचवू इच्छितो. वारकरी संप्रदायाची ताकद फार मोठी आहे. समता हा या संप्रदायाचा आधार आहे. 'माउली माउली' या शब्दाने परस्परांना केले जाणारे संबोधन, हे त्याचे प्रमाण आहे. पंढरीच्या पांडुरंगाच्या दर्शनासाठी वारकऱ्यांची आषाढी, कार्तिकीच्या दिंडीतील समरसतेचा प्रत्यय अद्भुत आणि आदर्श आहे. वीस-पंचवीस लाखांच्या संख्येने दरवर्षी चंद्रभागेच्या वाळवंटात एकत्र होणाऱ्या, आनंदाने नाचणाऱ्या, गाणाऱ्या वारकऱ्यांना सामाजिक जाणीव करून देण्याची फार मोठी संधी प्रवचनकर्त्यांना या निमित्ताने प्राप्त असते. या प्रासंगिक संधीचा पुरेपूर उपयोग करीत सामाजिक क्रांतीच्या बीजाचे रोपण होऊ शकते. संत तुकारामांच्या अभंगात अशी अनेक बीजे उपलब्ध आहेत. त्यांचा पुरेपूर उपयोग केला पाहिजे. संतांनी मशागत केलेली वारकऱ्यांची पृष्ठभूमी हे बीज स्वीकारण्यासाठी तयारच आहे. त्या दृष्टीने पाऊले उचलावीत, अशी माझी स्वतःची भूमिका आहे.

महाराष्ट्रात संत गाडगे महाराज, संत तुकडोजी महाराजांनी विशेषतः सामाजिक सुधारणेच्या व्रताचे पालन केले आहे. संत तुकारामांचे तसेच पूर्वीचे काही क्रांतिकारक अभंग हीच त्यांची प्रेरणा असावी. या प्रेरणेचे पाईक होऊन सामाजिक स्थित्यंतर घडविण्याच्या कार्यात या क्षेत्रातील विद्वानांनी जाणीवपूर्वक सहयोग देऊन समतेची, वारकऱ्यांची पताका गगनात उंचीवर, अधिक उंचीवर फडकविण्यासाठीची तत्परता प्रकट करावी आणि ती केली पाहिजे, असे माझे स्पष्ट मत आहे. ज्यायोगे एवढ्या प्रचंड संख्येने एकत्रित येणारा वारकरी, परतताना चंद्रभागेच्या वाळवंटातून विचारधनाचे कण शिदोरीच्या रूपात, प्रसादाच्या रूपात आपापल्या गावी घेऊन जाऊ शकेल. तेव्हाच या

प्रचंड जनशक्तीचा सदुपयोग दृष्टोत्पत्तीस येईल, असाही माझा विश्वास आहे.

वारकरी संप्रदायाच्या धार्मिक उपक्रमात कथा, कीर्तने, सप्ताहाचे आयोजन व पारायण यांचा समावेश असतो. या उपक्रमाची सांगता भंडारा आणि काल्याच्या कीर्तनाने होते. काल्याचा प्रसाद आणि भंडाऱ्याचा प्रसाद हा वारकऱ्यांच्या दृष्टीने अमृततुल्य असतो. याप्रसंगी संपूर्ण भाविक समाज एकत्रित होऊन प्रसादाचा आनंद लुटतात. कोणताही, कसल्याही प्रकारचा भेदभाव नसतो. भजनालाही एकत्र आणि भोजनालाही एकत्र, हा वारकरी संप्रदायाचा आदर्श आहे. भजनाला एकत्र आणि भोजनाला वेगळा मानणारा कोणता वर्ग, समाज असेल? तर ते विचार इथे ग्राह्य नाहीत. त्याचप्रमाणे ज्यांना भोजनाच्या बाबतीत पंक्तिप्रपंच मान्य असेल, त्यांना संत तुकारामांच्या 'विष्णुमय जग, वैष्णवांचा धर्म' समजण्यास, कळण्यास तसेच वळण्यास अजूनही अवकाश आहे, असे म्हणणे भाग आहे.

☆☆☆

८

धन्य ते संसारी । दयावंत जे अंतरीं ॥
येथे उपकारासाठीं । आलें घर ज्यां वैकुंठी ॥
लटिकें वचन । नाहीं देहीं उदासीन ॥
मधुरा वाणी होटीं । तुका म्हणे वाव पोटीं ॥

मनुष्यजीवनातील स्वधर्म काय असावा? तर, परोपकार करणे हा स्वधर्म असला पाहिजे. पशुयोनीत परोपकाराचा स्वभाव नसतो. परंतु, त्याचा उपयोग मानव स्वतःच्या जीवनासाठी करून घेतो. संतांचे जीवनही परोपकारासाठीच असते. जगातील सर्व महापुरुषांचे जीवन जगाच्या कल्याणासाठीच वाहिलेले असते. *'जगाच्या कल्याणा, संतांच्या विभूती'* असे यासाठीच म्हटले जाते. माणसाचे जीवन धन्य केव्हा म्हटले जाते? जेव्हा त्यांचे जीवन इतरांच्या भल्यासाठी, समाजसेवेसाठी समर्पित असते. स्वतःसाठी धन, ऐश्वर्य, संपत्ती, सत्ता प्राप्त करणाऱ्यांची संख्या जगात फार प्रचंड प्रमाणात आहे. हे संकुचित आणि स्वार्थपूर्ण जीवन म्हटले पाहिजे. परोपकार करणे म्हणजेच परमार्थ. एवढा सोपा सरळ अर्थ आहे. स्वार्थ म्हणजे स्वतःचे हित. स्व+अर्थ अशी या शब्दाची व्युत्पत्ती आहे. याचप्रमाणे परमार्थाची फोड किंवा विग्रह केला असता परम+अर्थ = परमार्थ असा होतो. 'स्व'या शब्दाचा छोटा अर्थ आहे, तर परम या शब्दाचा अर्थ मोठा असा आहे. 'स्व' लहान आहे, मर्यादित आहे, स्वतःपुरता आहे. परम हा व्यापक आहे. समाजासाठी समस्त मानवजातीचा विचार त्यात विहित आहे. म्हणून परमार्थ याचा दुसरा तिसरा काही अर्थ असो अगर नसो, पण परमार्थ म्हणजे परोपकार, हा अर्थ निश्चितच आहे. स्वार्थ साधत असताना परमार्थाचे निरूपण करणे, हे दांभिकतेचे लक्षण होय. अशा व्यक्तींचे जीवन धन्य म्हणता येत नाही. जे महामानव जगाच्या उद्धारासाठी स्वतःचे संपूर्ण जीवन समर्पित करतात, तेच या जगात

धन्य होतात. म्हणून महाराज 'धन्य ते संसारी' असा शब्दप्रयोग समाजासाठी शरीर चंदनाप्रमाणे झिजविणाऱ्या महात्म्यांसाठी वापरतात. खऱ्या अर्थाने मानवजातीच्या सेवेचे कार्य करणाऱ्या या मानवसेवकांचे जीवन सफलही आहे आणि धन्यही आहे.

अशा महानुभावांचा जन्म मानवजातीच्या कल्याणासाठी झालेला असतो. ते स्वतःचे जीवन जगण्यासाठी आलेले नसतात. मग कशासाठी त्यांचे पृथ्वीवर अवतरण होते? याचे उत्तर महाराज *'येथ आले उपकारासाठी'* अर्थात परोपकार करणे, समाजाचे मार्गदर्शन करीत समाजाचे हित करणे, हेच त्यांच्या जीवनाचे उदिष्ट असते. अर्थात जीवनाचे प्रयोजन असते. हे कोठून येतात? त्यांचे घर कुठे आहे? याचे उत्तर महाराज दुसऱ्या चरणाच्या उत्तरार्धात देतात - *'घर ज्या वैकुंठी.'* वैकुंठ म्हणजे जिथे कसल्याही प्रकारची कुंठा नाही. केवळ आनंदी आनंदच आहे, असे ठिकाण. हे महापुरुष अर्थातच आनंदाच्या साम्राज्याचे रहिवासी असतात. आनंदाचे गाठोडे सोबत घेऊन येतात आणि समस्त मानवमात्रात आनंदाचे वितरण करतात. मानव समुदायासाठी त्यांचे वास्तव्य आनंददायक असते. त्यांच्या सान्निध्यात येणाऱ्यांना आनंदाचा वाटा मिळत असतो.

अशा आनंदयात्री, आनंद वितरक महामानवाचे वैशिष्ट्य काय? त्यांच्यातील प्रकर्षाने प्रकट होणारा गुण कोणता? यांच्यातील ठळक गुण कोणता? ज्यायोगे त्यांच्यात परोपकाराच्या भावनेचा उदय होतो. तो त्यांच्यातच का होतो? सर्वांत का नसतो? या प्रश्नाचे उत्तर महाराज अभंगाच्या पहिल्या चरणाच्या उत्तरार्धात 'दयावंत जे अंतरी' या शब्दात देतात. अशा महनीय व्यक्तीच्या अंतःकरणात समस्त प्राणिमात्रांविषयी दयाभाव असतो, करुणा असते. हीच त्यांच्या परोपकारी वृत्तीच्या मागची प्रेरणा असते. यासाठी महाराज 'दयावंत' असा शब्द वापरतात. 'धनवंत' हा शब्द धनाने समृद्ध व्यक्तीसाठी वापरतात. तसेच 'कुलवंत' हा शब्द श्रेष्ठ कुलाचा निदर्शक आहे. त्याप्रमाणे 'दयावंत' याचा अर्थ दयेचा सागर किंवा दयानिधी असा होतो.

हे सर्व जगत्कल्याणकर्ते, करुणानिधीही असतात. यांच्या अंतःकरणातील करुणाभाव त्यांना स्वस्थ बसू देत नाही. परिणामतः मानवजातीच्या कल्याणाची चिंता अहोरात्र त्यांना अस्वस्थ करीत असते. या अस्वस्थतेतूनच त्यांच्याकडून अभूतपूर्व सेवाकार्य संपन्न होते. समाजाच्या अभ्युदयाची तळमळ त्यांच्या अंतःकरणात ओतप्रोत भरलेली असते. दया हा परमेश्वरी गुण आहे, दैवी गुण आहे. परमात्म्याच्या अनेक गुणांमध्ये परमेश्वर दयाळू आहे, असे वर्णन केले जाते. महापुरुष हे परमेश्वराचे दूत असतात. त्यांची योजना दैवी इच्छेनुसार झालेली असते. त्यांच्या प्रस्थानाची आणि पृथ्वीवरील आगमनाची योजना नियतीच्या नियोजनानुकूल असते. म्हणून दया किंवा करुणा हे गुण त्यांच्यावरील परमेश्वरी कृपाप्रसादच असतो. म्हणून त्यांच्यात दैवत्वाचा अंश मोठ्या प्रमाणावर असतो. यासाठीच त्यांना 'महात्मा', 'संत' इत्यादी संबोधनाने

गौरविले जाते.

हे दयावंत संतप्रवृत्तीचे महामानव कसे वागतात? त्यांच्या जीवनातील ठळक वैशिष्ट्ये कोणती? याचे उत्तर महाराज तिसऱ्या आणि चौथ्या चरणाच्या आरंभी देतात. तिसरे चरण असे आहे,

लटिके वचन । नाही देही उदासीन ॥
मधुरा वाणी होटी । तुका म्हणे वाव पोटी ॥

अशा या संत सज्जनांच्या वर्तणुकीत दिखाऊपणा किंवा खोटारडेपणाचा लवलेशही नसतो. हे दुर्गुण असून याची निष्पत्ती दांभिकपणात असते. यांचे वचन अर्थात बोलणे वरपांगी नसते. त्यांचे उद्‌गार अंतःकरणाच्या खोलीतून प्रकट होत असतात. ओठी एक आणि पोटी दुसरे असा दुटप्पीपणा त्यांच्या बोलण्यात, वागण्यात आणि आचरणात अजिबात नसतो. त्यांचे जीवन म्हणजे एक उघडे पुस्तक असल्यासारखे असते. ज्यात लपवाछपवी किंवा असत्याचा लवलेशही नसतो. जिथे स्वार्थ नसतो, तिथेच सत्य प्रकटते. स्वार्थ हा असत्याला जन्म देतो. महात्म्याचे जीवन सत्याच्या प्रकाशात उजळून निघालेले, तेजस्वी आणि देदीप्यमान असते. या प्रकाशातच जनसामान्यांनी स्वतःच्या जीवनकल्याणाचा मार्ग शोधावयाचा असतो. महापुरुष वैयक्तिक जीवनाच्या बाबतीत कसे असतात? यावर महाराजांचे उत्तर *'देही उदासीन'* असे आहे. उदासीन याचा अर्थ निःस्वार्थ जीवन, निःसंग जीवन, निरपेक्ष जीवन, निष्कलंक जीवन, आदर्श जीवन होय. देही उदासीन याचा अर्थ सांसारिक जीवनात अनासक्ती भाव. संत महापुरुषांना देहाची किंवा स्वतःच्या संसाराचा मोह किंवा आसक्ती नसते. कसल्याच प्रकारचा लोभ नसतो आणि म्हणून त्यांची दृष्टी लोकजीवनाच्या उत्कर्षाकडे असते. लोकांच्या अभ्युदयाची पोटतिडीक त्यांच्यात असते. स्वतःकडे पाहण्याची त्यांची वृत्ती ही उदासीन असते.

संतवाणी कशी असते? महापुरुषाचे बोलणे कसे असते? त्यांच्या पोटातून प्रकट होणारे उद्‌गार कसे असतात? महाराज त्यांच्या बोलाचे वर्णन 'मधुर वाणी होटी' या शब्दांत करतात. संतवृत्तीच्या मानवाचे वागणे, स्वतःप्रति उदासीन परंतु, इतरांप्रति तत्पर असते. यामुळेच त्यांचे वागणे मधुर, वर्तणूक गोड. तेव्हा त्यांचे बोलणेही साहजिकच मधुर असणार. कोणालाही दुखविणारे, इजा पोचविणारे, बोचणारे बोल महापुरुषांच्या शब्दकोशात नसतात. सर्व मधुर, सर्वच गोड, अशा प्रकारचा गोडवा हेच त्यांच्या देहाचे भूषण होय. त्यांच्या रोमारोमांतून गोडवा अथवा मधुरतेचा अनुभव घेता येतो. मधुर वाणी हीसुद्धा दैवी देणगी आहे. ती सर्वांनाच प्राप्त होत नाही. ज्यांनी षड्‌विकारावर विजय प्राप्त केला आहे, अर्थात काम, क्रोध, लोभ, मोह, मत्सर, ईर्षा अशा व्यक्तीचीच वाणी मधुर असू शकते. जी व्यक्ती स्वतःच्या देहाप्रति, स्वतःच्या

वैयक्तिक संदर्भात उदासीन वृत्तीचा स्वीकार करते, ती व्यक्ती जितेंद्रिय असते, असे माझे ठाम मत आहे. महापुरुष आणि संत उदासीन असतात, याचा अर्थ त्यांनी इंद्रियजय मिळविला आहे. ज्याचा सुपरिणाम अर्थात त्यांचे मधुर व्यक्तिमत्त्व.

मानवजातीच्या इतिहासात, या संसारात ज्यांचे जीवन धन्य समजले जाते त्यांची यादी फार मोठी आहे. प्रभू रामचंद्र, भगवान श्रीकृष्णापासून ते आधुनिक काळातील छत्रपती शिवाजी महाराज, संत ज्ञानेश्वर, संत नामदेव, संत तुकाराम, संत एकनाथ महाराज आणि समस्त संतमंडळी, समाजसुधारक संत गाडगे महाराज, संत तुकडोजी महाराज, धार्मिक क्षेत्रातील क्रांतिकारक महात्मा बसवेश्वर, महर्षी स्वामी दयानंद सरस्वती, स्वामी विवेकानंद आणि महात्मा गांधी इत्यादी अनेक महात्म्यांचे जीवन धन्य होय. ज्यांनी केवळ परोपकारासाठी समस्त समाजावर उपकार करण्याचा ध्यास घेतला होता आणि स्वतःच्या जीवनाची आहुती मानवजातीच्या कल्याणाच्या यज्ञकुंडात दिली होती. यासाठीच त्यांचे जीवन सार्थक आहे. समस्त मानवजात युगानुयुगे शतकानुशतके या सर्व ज्यांचा उल्लेख नाही, अशा अनेक महापुरुषांची ऋणी आहे, एवढेच नमूद करतो.

महापुरुष उपकाराकरिता धरतीवर येतात. भारतातील काही महापुरुषांनी बजावलेली भूमिका आणि महत्त्वाचे कार्य यांचा संक्षिप्त आढावा वाचकांच्या अवलोकनार्थ नमूद करीत आहे -

- प्रभू रामचंद्रांनी मर्यादा आणि कर्तव्यपालनाचा आदर्श प्रस्तुत केला.
- भगवान श्रीकृष्णाने श्रीमद्‌भगवद्‌गीतेद्वारे मानवजातीला ज्ञानामृत प्रदान केले. दुष्टांचा संहार करत सज्जनांच्या रक्षणासाठी महाभारत घडविले आणि धर्म तत्त्वाची पुनर्मांडणी करीत किंवा योग्य अर्थ स्पष्ट करीत धर्मग्लानी दूर करण्याचा प्रयत्न केला.
- महात्मा बुद्ध यांनी वैदिक कर्मकांडाचा विरोध, पारलौकिक संकल्पना इहलोकातील मानवाच्या शुद्धाचरणासंबंधी विचार मांडला.
- आदि शंकराचार्यांनी अद्वैत तत्त्वज्ञानाचा पुरस्कार करीत वैदिक धर्माची पुनर्स्थापना केली.
- महात्मा बसवेश्वरांनी स्त्री-पुरुष आणि समस्त मानव जातीत समता या विचाराचा उद्‌घोष करीत नव्या लिंगायत धर्माची स्थापना केली.
- महर्षी दयानंद सरस्वतींनी वेदांवरील भाष्य लिहून वेदाचा योग्य अर्थ स्पष्ट करण्याचे कार्य, कर्माधिष्ठित समाजव्यवस्था, जातिभेद निर्मूलन, आंतरजातीय विवाह, स्त्री पुरुष समानता ढोंगी मतखंडन, एकेश्वरवाद, मूर्तिपूजा खंडन आदी विषयावर

'सत्यार्थ प्रकाश' ग्रंथाची निर्मिती केली. आर्य समाजाची स्थापना करून वैदिक विचारांचा प्रचार प्रसार केला.

- स्वामी विवेकानंदांनी हिंदू धर्मावलंबियांना, गौरवशाली परंपराचे स्मरण करून देत हिंदू धर्माच्या ध्वजा जागतिक स्तरावर फडकविली. हिंदू धर्मातील अनिष्ट परंपराचा विरोध करीत हिंदू धर्माचे तेजस्वी स्वरूप स्पष्ट करून जागृती केली.
- संत ज्ञानेश्वरांनी भक्तिमार्गांनी भागवत धर्माचा पाया रचला. संत नामदेव, संत तुकाराम, संत एकनाथ आधी सर्व संतांनी वारकरी संप्रदायाची पताका उत्तरोत्तर अधिक उंचीवर फडकविण्याचे कार्य केले. नामस्मरण, गुरुभक्ती, अद्वैतवाद यांचे समर्थन करून लोकजागृतीचे कार्य केले.
- महात्मा गांधींनी सत्य आणि अहिंसा या तत्त्वावर आधारित सत्याग्रहाचे नवीन शस्त्र भारतीय निःशस्त्र जनतेच्या हाती देऊन भारतीय स्वातंत्र्यलढ्याची नेतृत्व करीत पारतंत्र्यातील जनतेला स्वातंत्र्य मिळवून दिले.
- डॉक्टर बाबासाहेब आंबेडकरांनी हजारो वर्षांपासून वंचित, शोषित असलेल्या दलित, पीडित समाजाला स्वतःच्या हक्कांची जाणीव करून देत नवचैतन्य आणि नवजीवन प्राप्त करून दिले.
- बॅरिस्टर सावरकरांनी हिंदुत्व म्हणजे राष्ट्रीयत्व हा विचार मांडला आणि हिंदू धर्मातील अंधश्रद्धेवर प्रखर टीकाही केली.
- डॉक्टर केशव बळीराम हेडगेवार, माधवराव गोळवलकर गुरुजी यांनी हिंदूंच्या समर्थ संघटन निर्मितीने प्रेरित होऊन आर.एस.एस.ची स्थापना केली. याद्वारे सशक्त संघटना निर्माण करण्यासाठी व्यापक प्रयत्न चालू आहेत.

केवळ काही ठळक महानुभावांचा धर्म, संस्कृती आणि राष्ट्रनिर्मिती संबंधी वाचकांना स्मरण करून देण्याच्या उद्देशाने उल्लेख केला आहे.

☆ ☆ ☆

१

आलीया भोगासी असावे सादर । देवावरी भार घालूनिया ॥
मग तो कृपासिंधू निवारी साकडे । येर ते बापुडे काय रंक ॥
भयाचिये पोटी दुःखाचिया रासी । शरण देवासी जाता भले ॥
तुका म्हणे नव्हे काय त्या करिता । चिंतावा तो आंता विश्वंभर ॥

मानव योनी ही कर्मयोनी आहे, तशीच भोगयोनीही आहे. मानवेतर पशू केवळ भोगयोनी या सदरात मोडतात. त्यांना कर्म, सुकर्म, अकर्म इत्यादी करण्याची आवश्यकता नाही. पोट भरणे आणि संतानोत्पती एवढेच त्यांचे जीवित कार्य असते. मनुष्य बुद्धिमान प्राणी आहे बौद्धिकदृष्ट्या विकसित प्राणी असून, प्रगतीची महत्त्वाकांक्षा बाळगणारा प्राणी आहे. त्यामुळेच मानवजातीने सर्व क्षेत्रांत फार मोठ्या प्रमाणावर प्रगतीची शिखरे गाठली आहेत. माणसामध्ये विवेकी मन आहे. विवेक म्हणजे सारासार बुद्धी. योग्य-अयोग्य याचा निर्णय करण्याची क्षमता आहे. चांगल्या कर्माची चांगली फळे, वाईट कर्माची त्रासदायक दुःखदायक फळे हा कर्मसिद्धांत आहे. यालाच कर्माचे भोग म्हणतात. वाईट कर्मामुळे कर्म सदोष होते. कर्मातील प्राप्त दोष हे भोगूनच संपवावे लागतात. जे भोग मनुष्याच्या जीवनात त्याच्या वाट्याला येतात ते भोगावेच लागतात. ते भोग सुखदायक आणि क्लेशदायक असे दोन्ही प्रकारचे असतात. केवळ सुखच आणि केवळ दुःखच असे भोग साधारणपणे कोणाच्या वाट्याला येत नसतात. सुखदुःखाच्या पाठशिवणीच्या खेळाला प्रत्येक मनुष्याला सामोरे जावेच लागते. सुखानंतर दुःख आणि दुःखानंतर सुख हे मनुष्य जीवनाच्या जीवनक्रमाचे वैशिष्ट्य आहे, लक्षण आहे. सर्व सुखी माणूस शोधूनही सापडणार नाही. तसाच सर्वदुःखीही आढळणार नाही. दुःखी माणसाच्या जीवनातही अल्पकाळ का होईना सुखाची प्राप्ती होतच असते. सुखाच्या बाबतीत समर्थ रामदास स्वामी मनाच्या श्लोकात म्हणतात, *'जगी सर्व सुखी असा*

कोण आहे, विचारी मना तुची शोधूनी पाहे।' याचा अर्थ संपूर्ण सुखी कोणीही नसतो. आपल्या आपल्या कर्मानुसार मग ते वर्तमान जन्मातील असो की, पूर्वजन्मातील असो पूर्वसंचित, क्रियमान, प्रारब्ध या क्रमाने मानवास फळे चाखावीच लागतात. त्यातून सुटका नाही. फळाचे परिणाम सुसह्य असो की किंवा असह्य असोत, भोग भोगावेच लागतात. ही अपरिहार्यता आहे, हा नैसर्गिक नियम आहे. दैवी न्यायाचा 'डिव्हाईन जस्टीस'च्या कार्यक्षेत्रातील प्रश्न आहे. त्यासाठी भोगाला भोगण्यास तत्पर असावेच लागते. हा *'आलिया भोगासी, असावे सादर'* या रचनेचा अर्थ आहे.

पहिल्या चरणाच्या दुसऱ्या भागात महाराज म्हणतात, *'देवावरी भार घालुनिया.'* असह्य भोग भोगताना माणसाला देव आठवतो. परंतु, सुसह्य भोगाचा आस्वाद घेताना परमेश्वर आठवत नाही, त्याचे विस्मरण होते. यासंबंधी एक सुप्रसिद्ध दोहा आहे तो असा,

दुःख में सुमीरण सब करे । सुख मे करेन कोय ॥
जो सुख मे सुमीरण करे । दुःख काहे को होय ॥

अर्थ :

याचा अर्थ दुःखात सर्वांना देव आठवतो, सुखात देवाचे स्मरण करीत नाहीत, जर सुखातही परमात्म्याचे विस्मरण होऊ दिले नाही, तर दुःखच होणार नाही.

मनुष्याचा स्वभाव आहे, तो सुखलोलूप असतो. सुखात बुडालेल्या ऐशारामात जीवन कंठणाऱ्याला त्या वैकुंठातील परमात्म्याची आठवण का म्हणून यावी? त्याचे निवासस्थान, त्याची संपत्ती, वाहने, बंगले, जमीन-जुमला हाच त्याच्यासाठी स्वर्ग असतो. मग त्या स्वर्गस्थ परमेश्वराची आठवण करण्याची गरजच काय? परंतु, असे असले तरी व्यक्तीच्या जीवनात काहीतरी न्यून असते. कशाची तरी उणीव असतेच असते. कोणा धनाढ्यास संतती नसते, पत्नी योग्य नसते किंवा त्याला कोणती ना कोणती व्याधी असते. अशा व्याधिग्रस्त व्यक्तीला देव आठवणे हे भागच असते. कारण दुःखाचे निवारण केवळ परमात्माच करू शकतो. परमेश्वर हाच मानवाचे शेवटचे आश्रयस्थान आहे, आधार आहे. हा आधार कसा आहे? हा आधार भक्कम आहे, विश्वासनीय आहे, आश्वासक आहे. असा आधार जगात इतर कोणीही देऊ शकत नाही.

हिंदू धर्मीयांच्या बहुतेक मूर्ती अभय देण्याच्या मुद्रेत असतात. श्री व्यंकटेश्वराची मूर्ती, श्री महालक्ष्मीची मूर्ती भक्तांना अभय हस्ताने भयमुक्त करीत असतात. मानवाचा शेवटचा आधार परमात्मा आहे. परमेश्वराचे दर्शन व्यक्तीला निर्भय करण्यास, आशीर्वाद देण्यास आणि *'भिऊ नकोस, मी तुझ्या पाठीशी आहे'*, असा आशीर्वाद

देणारे आहे. माणसाला अनेक प्रकारचे भय असते. दारिद्र्याचे भय, निःसंतान असण्याचे भय, व्याधीचे भय, मृत्यूचे भय अशा अनेक प्रकारच्या भयाने माणूस चिंतीत असतो. या चिंता चिंतामणीच्या दर्शनाने दूर होतात. केवळ यासाठी अनन्यभावाने शरण जाणे, अतूट श्रद्धेने त्याच्याजवळ जाणे असे केल्याने तो परमपिता द्रवणारच. त्याच्या मायेच्या हाताने भक्ताला गोंजारणार, कुरवाळणार आणि मायेची ऊब तो देणारच. महाराज अभंगाच्या तिसऱ्या चरणात शरणागत भावाची आवश्यकता व्यक्त करतात. व्यक्तीच्या लौकिक पित्याप्रमाणे हा परमपिता व्यक्तीचा सांभाळ पुत्रवत करण्यास तत्परत असतो. हाकेला धावून येतो. त्याचे दार ठोठावले असता दार उघडतो. भक्ताच्या गाऱ्हाण्याला कान देतो, भक्तासाठी धावून जातो म्हणूनच त्याला भक्तवत्सल म्हणतात. माता पिता या दोहोंचे प्रेम एकट्या परमात्म्यात सामावलेले असून ही दुहेरी भूमिका, डबल रोल फक्त परमात्माच करू जाणे. 'नमे भक्तः प्रणश्यति' असे वचनच भगवंतांनी भगवद् गीतेद्वारे समस्त भक्तांना दिले आहे. म्हणून परमात्माच जीवाचा, जीवाभावाचा सोबती आहे. पृथ्वीवरील कोणतीही दुसरी व्यक्ती प्रेम किंवा कृपा करू शकत नाही. परमात्मा कृपासिंधू आहे, त्याच्या कृपेला अंत नाही. तो जेव्हा द्यायला लागतो तेव्हा घेणाऱ्यांची ओंजळच कमी पडते. तो दाता देण्यास उभा ठाकला असता, तो छप्पर फाड के देत असतो. मित्र सुदाम्याला त्यांनीच नाही का दिले? भक्त पांडवांना राज्य, समृद्धी, संपत्ती आणि ऐश्वर्य मिळवून देणारा श्रीकृष्णच तर होता. श्रीकृष्णाशिवाय पांडव शून्यच होते, असे म्हटले तर चुकीचे होणार नाही.

मनुष्याचे साहाय्य आणि भगवंताची कृपा यात फार मोठे अंतर आहे. मानव हा देवाच्या तुलनेत रंक आहे, गरीब आहे. तो मर्यादित स्वरूपात मदत करू शकतो. परमेश्वराची शक्ती आणि सामर्थ्य अमर्याद आहे, अनंत आहे. म्हणून त्याची कृपा ही असीम आहे. ती प्राप्त करण्यासाठी एकच उपाय आहे. सर्व भार त्याच्यावर टाकावा, त्या भाराला प्रतिसाद दिल्यावाचून देवाला चैन पडणारच नाही. तो निश्चितच मदतीला धावत पळत येणार. केवळ त्याच्या कृपेवर, त्याच्या येण्यावर विश्वास हवा, दृढ श्रद्धा हवी. मग ही श्रद्धा त्याला खेचून आणील. हा भक्तीचा दोर त्याला ओढत घेऊन येणार. भक्ताच्या भक्तीपुढे परमात्मा विवश असतो. हेच तर सर्व शास्त्रे ओरडून सांगतात. संत तुकाराम महाराज परमात्म्याच्या ठायी दृढ विश्वास ठेवण्याचा उपदेश करताना या अभंगात परमेश्वराकडून होणाऱ्या कृपावर्षावाचे आश्वासन देतात.

व्याधी औषधांनी बरी होते, असे रोग्यास वाटते. परंतु, सत्य असे आहे की औषधापेक्षा रोग्याचा रोग डॉक्टरांवरील विश्वासामुळे दूर होतो. विश्वासच नसेल तर औषध लागू पडूच शकत नाही. डॉक्टर औषधाचे प्रिस्क्रीप्शन लिहीत असताना, कागदावर डावीकडे 'आरएक्स' असे लिहितात. याचा अर्थ 'आय प्रे गॉड' (I pray God) याचा अर्थ

असा आहे की, डॉक्टरही परमेश्वराला प्रार्थना करूनच औषधे प्रिस्क्राईब करतात. प्रिस्क्रिप्शन डॉक्टरचे असले तरी रोग निवारण परमात्मा करतो, असे मानले जाते.

The doctor dresses the wound God heals it. असे मानले जाते. अशी अतिप्राचीन म्हणच आहे. 'करता करविता' तो केवळ एक परमात्मा आहे. बाकी सारे मदत करणाऱ्या मानवाचे हात रंकाचे असून, हे बापुडे काय करू शकतात? असेच जणू महाराज म्हणत आहेत. झाडांचे पानही त्यांच्या इच्छेशिवाय, त्यांच्या शक्तीशिवाय हलूच शकत नाही. तेव्हा मनुष्याचा रोग असाध्य असो, साध्य असो तो ईश्वरी कृपेशिवाय नष्ट होऊच शकत नाहीत. केवळ एकच अट आहे, त्याच्या शक्तीवर सर्वस्व भार मात्र टाकला पाहिजे. त्याच्या कृपेची याचना केली पाहिजे. तेव्हा या भवसागरातील भयाच्या लाटांना माणूस सामोरे जाऊ शकतो. विजय प्राप्त करू शकतो. त्याच्या कृपा सागरातील बिंदू जलबिंदू नसून तो अमृतबिंदू असतो. जो मृत्युशय्येवर शेवटच्या घटका मोजणाऱ्या रुग्णालाही कृपादानाने जीवनदान देऊ शकतो. यासाठी महाराज सांगतात, आपल्या चिंतेचा भार परमेश्वराच्या खांद्यावर ठेवावा आणि त्याचे चिंतन करावे. चौथ्या चरणाच्या उत्तरार्धात महाराज म्हणतात, 'चिंतावा तो आता विश्वंभर.' त्या परमशक्तिमान, कृपासागर, दयासागर, परमात्म्याचे ध्यान करावे, चिंतन करावे, मनन करावे आणि स्वतःवरील दुःखाचे, कष्टांचे गाठोडे त्याच्या खांद्यावर निःशंकपणे टाकून निश्चिंत व्हावे. परिणामतः वाट्याला आलेल्या भोगाची तीव्रता कमी होईल. भोगाचे चटके सुसह्य होतील आणि कष्ट निवारण, दुःख निवारण, ताप निवारण होऊन मनुष्याचे जीवन सुखदायक बनेल. यासाठी केवळ एकच अट आहे. दुःखालाही हसतमुखाने सादर व्हावे, सामोरे जावे आणि परमात्म्याला हृदयात अनुभवत, तो सांगाती आहे, आपला संपूर्ण भार त्यावर टाकला आहे, तेव्हा या क्लेशाचे परिमार्जन करण्याची जबाबदारी त्याची आहे आणि तो करील, हा विश्वासच मानवाच्या दुःख निवारण्याचा उपाय आहे. हा विश्वास हाच मानवाजवळचा परमात्मा स्वरूप चिंतामणी आहे, हे ध्यानात घ्यावे.

☆☆☆

१०

ऐसे संत जाले कळीं । तोंडीं तमाखूची नळी ॥
स्नान संध्या बुडविली । पुढें भांग वोढविली ॥
भांग भुकीं हे साधन । पची पडे मद्यपान ॥
तुका म्हणे अवघें सोंग । तेथें कैसा पांडुरंग ॥

कलियुगातले संत कसे आहेत? याचे वर्णन प्रस्तुत अभंगात महाराज करतात. कलियुगात स्वतःला संत म्हणून घेणाऱ्या स्वयंघोषित संतांची संख्या भरपूर आहे. संत या शब्दाचा अर्थ चारित्र्यसंपन्न व्यक्तिमत्त्व, शुद्धाचरण ही संत म्हणून घेण्यासाठीची पहिली अट होय. शुद्धाचरणी व्यक्ती निर्व्यसनी असते. सवय खाण्यापिण्याची असो किंवा आचरणाची असो, दोन्हीमध्ये शुद्धता हवी असते. शुद्ध आचरणाची परिणती चित्तशुद्धीमध्ये होते. चित्तशुद्धी, व्यक्तीला परमात्म्याच्या सान्निध्यात जाण्यासाठी गतिमान करते. लोभ, काम, क्रोध, मत्सर, अहंकार, द्वेष हे सर्व विकार दुराचरणाची कारणे आहेत. दुराचरणामुळे मनुष्य सतत भ्रष्ट आचरणाकडे वळतो. भ्रष्टाचार करण्याची सवय त्याला जडते, हेच व्यसन होय.

प्रस्तुत अभंगात महाराज प्रातिनिधिक स्वरूपात काही व्यसनांचा उल्लेख करतात. पहिले उदाहरण तंबाखू खाण्याचे आहे. ग्रामीण भागात महाराजांच्या काळात ही तंबाखू खाणाऱ्यांची संख्या भरपूर असावी, असा निष्कर्ष काढता येतो. आजही तंबाखू वेगवेगळ्या स्वरूपात चघळली जाते. जर्दा, किमाम, गुटखा इत्यादी तंबाखूची भावंडे आहेत. तंबाखूची नळी, याचा अर्थ विडी, सिगारेट, चिलीम, हुक्का असा घेता येतो. केवळ सर्वसामान्य व्यक्ती या व्यसनांच्या अधीन नसतात, तर संत म्हणून घेणाऱ्या व्यक्तीही व्यसनाधीन झालेल्या असतात. गांजा ओढणे, भांगेच्या स्वरूपात गांजा सेवन करणे हे सर्व भ्रष्ट व्यवहार करून अंगावर भगवे कपडे परिधान करून आणि अंगाला भस्म फासून फिरणाऱ्या ढोंगी साधूंचा सुळसुळाट झाला आहे. याशिवाय स्वतःला साधू म्हणून

घेणारे मद्यसेवन करतात, ही अत्यंत आश्चर्याची बाब आहे. स्वतःला धार्मिक घोषित करून असे गैर आचरण करणारे स्वयंघोषित साधूंच्या व्यसनाधीनतेवर महाराजांनी प्रहार केले असून, त्यांचे वस्त्रहरणच केले आहे. अशा ढोंगी, साधू संत म्हणून घेणाऱ्यांपासून समाजाने दूर राहिले पाहिजे, सावध राहिले पाहिजे, असा धोक्याचा इशाराही ध्यानात घेणे आवश्यक आहे. साधुसंत म्हणून घेणारेच जर भ्रष्टाचाराच्या आश्रयाला असतील तर समाजातील सामान्य माणसे त्यांचे अनुकरण का म्हणून करणार नाहीत. जेव्हा समाजातील सुशिक्षित, प्रतिष्ठासंपन्न लोक व्यसनाधीन होत असतात, तेव्हा व्यसनांना प्रतिष्ठा प्राप्त होते. परिणामतः समाजातील सामान्य व अतिसामान्य वर्गही त्यांच्या आचरणाची अनुसरण केल्याशिवाय कसा राहू शकेल. कारण समाजामध्ये तथाकथित प्रतिष्ठितांचे, आचरणाचे अनुसरण होत असते. परिणामतः समाजात व्यसनाधीनता वाढीस लागते आणि भ्रष्टाचार बोकाळतो.

पूर्वीच्या काळी संतमंडळी स्नान, संध्या, पूजाअर्चा, नैमित्तिक दैनंदिन ईश्वर उपासना, स्वाध्याय, चिंतन, मनन करीत असत. सांप्रत काळी या उत्तम सवयींना हा वर्ग पारखा झाला आहे. या उत्तम सवयींपासून जणू दुरावला आहे. ज्यामुळे समाजाचे एका अर्थाने अधःपतन झाले आहे किंवा होत आहे, असेच महाराज या अभंगाद्वारे सुचवीत आहेत. ईश्वराची उपासना करणे, तर फार दूरची गोष्ट झाली आहे. मंडळी स्नान, संध्या या प्राथमिक आणि आवश्यक कर्मे करण्यास टाळाटाळ करीत असतील किंवा करीत नसतील तर अशा अस्वच्छ व्यक्तीचे शरीरही अशुद्ध आणि मनही अशुद्ध. मन अशुद्ध असणारी व्यक्ती ईशोपासना करू शकत नाही. करीत असेल तर ही जशी स्वतःची फसवणूक आहे, तसाच इतरांना धोका देण्याचाच हा प्रकार आहे.

शेवटच्या चरणात महाराज म्हणतात, स्नान, संध्या, ईश्वर उपासना, ध्यान, नामस्मरण या चारित्र्यवर्धक उपचाराला विन्मुख असणारी व्यक्ती अध्यात्म मार्गात राहून, आत्मज्ञान प्राप्त करू शकत नाही. यांची अवस्था 'वरून कीर्तन, आतून तमाशा' असे असते. हे संत म्हणून घेणारे दैनंदिन धार्मिक विधी आणि आचारणाचे पालन न करणारे लोक हे स्वतःबद्दल लोकांमध्ये भ्रम पसरवितात, स्वतःला संत घोषित करतात. वास्तविक, हे संत नसून संतांची सोंगेच आहेत.

सोंगाची भूमिका वठविणाऱ्या संतांना विठ्ठलाची संगती प्राप्त कशी होऊ शकेल? अशी सोंग, ढोंग करणारी मंडळी विठ्ठलापासून दूर जातात. विठ्ठलाच्या सान्निध्यात येण्याचा अधिकारही गमावून बसतात, असे स्पष्ट आणि रोखठोक विधान अभंगाच्या चौथ्या शेवटच्या चरणात महाराज करतात.

संत तुकाराम महाराज अभंगातून समाजातील दोषावर प्रकाश टाकतात. ज्या समाजात धार्मिक क्षेत्रासारख्या पवित्र क्षेत्रातील मंडळीमध्येच व्यसनाचा सुकाळ असेल तर, त्यांनी

समाजातील, जनसामान्यातील व्यसनांबद्दल बोलण्यास टाळलेले बरे ! ज्या समाजातील धार्मिक क्षेत्र बिघडले, त्या समाजाची अधोगती कोणीही रोखू शकत नाही. कारण धार्मिक क्षेत्र हे लोकांना धार्मिक तत्त्वज्ञान, शुद्धाचरणाचे धडे शिकविणारे क्षेत्र आहे. तेच क्षेत्र जर गढूळ झाले, त्यातील नेते अर्थात साधुसंतच दुराचाराच्या आणि व्यसनाच्या अधीन असतील तर इतरांना सन्मार्गावर कसे आणू शकतील? चारित्र्याचे संवर्धन समाजात करावयाचे असल्यास त्याचा आरंभ स्वतःपासून करावयाचा असतो. चारित्र्याचा आदर्श लोकांना संतांच्या वागणुकीतून दृष्टीस पडला असता, मग शाब्दिक उपदेशाची गरजच उरत नाही. स्वतःच्या जीवन व्यापनात सद्गुणाचे अवलंबन, आचरणाचे उन्नयन प्रस्तुत झाले असता, आपोआपच लोकही अशा व्यसनमुक्त व्यक्तीच्या आदर्शाचे पालन करू लागतात. केवळ संतांची वेशभूषा, कपाळी गंध, बुक्का, गळ्यात तुळशीच्या माळा, हाती टाळ, वीणा घेतल्याने संतपण प्राप्त होत नाही. तसेच डोक्याचे केस वाढवून जटा वाढविल्या, दाढी राखली, भगवी वस्त्रे परिधान केली, अंगावर राख किंवा भस्म फासले, हाती कमंडलू घेऊन मोठ्याने 'बम बम भोलेनाथ' अशी गर्जना केली असता साधूपण प्राप्त होत नाही. दिवसा हा अवतार आणि संध्याकाळी धर्मशाळांतून, देऊळ, मंदिराच्या कानाकोपऱ्यात, नदीच्या किनारी किंवा एखाद्या वृक्षाच्या सावलीत गांजा ओढणारे किंवा दारू पिणारे व झिंगणारे साधू समाजाचे काहीच भले करू शकत नाहीत. ही माणसे साधू किंवा संत नसून एखाद्या नाटकातील साधुसंतांची पात्र वठविणारी सोंगे आहेत.

समाजाच्या रंगभूमीवर अशी नाटकातील सोंगे सादर करणारी साधुसंत मंडळी अमाप आहेत. 'वरून भजन आणि आतून तमाशा' अर्थात बाह्यतः भक्तीचे नाटक आणि अंतरात विषयाचे चिंतन, अशाने संतपण शुद्ध स्वरूपात प्राप्त होऊ शकत नाही. विषयाचे चिंतन हा व्यसनाच्या अधीनतेचा परिणाम असतो. वाईट व्यसनाचा पुढचा टप्पा व्यभिचार हाच असतो. यासाठी सर्वप्रथम व्यसनाचा त्याग करायला हवा. त्यानंतर दैनंदिन जीवनात स्नान, संध्या याचा अर्थ स्नान हे शरीराच्या बाह्यशुद्धीसाठी, स्वच्छतेसाठी उपयुक्त आहे. तर संध्या आंतरिक शुद्धीचा उपाय आहे. संध्येमध्ये काय केले जाते? परमेश्वराचे स्मरण, नाम, चिंतन, ज्ञान, ईश्वर उपासना केली जाते. बाह्यांग आणि आंतरिक मन प्रभुचिंतनाने साध्य होत असते. भारतीय समाजाच्या संदर्भात तर महाराजांचा हा अभंग फार महत्त्वाचा आहे. धार्मिक क्षेत्राने स्वयंघोषित साधुसंतांची, बाबा-बापूची सोंगे वठविणारी माणसं पाहिली. लोकांच्या श्रद्धांचे शोषण करणारी, स्वार्थी धर्मगुरूचा वेष आणि नाटक वठविणारी मंडळी निश्चितच समाजाला घातक सिद्ध होतात. समाजाचे भले होणे तर दूरच, समाजाचे स्वास्थ्य बिघडण्याची शक्यता यातून अधिक असते.

☆ ☆ ☆

११

आले देवाचिया मना । तेथे कोणाचे चालेना ॥
हरिश्चंद्र ताराराणी । वाहे डोंबा घरी पाणी ॥
पांडवाचा सहाकारी । राज्यावरोनि केले दूरी ॥
तुका म्हणे उगी रहावे । जे जे होईल ते ते पहावे ॥

संत तुकाराम महाराज प्रस्तुत अभंगातून परमेश्वराच्या सर्वशक्तिमान गुणाचे वर्णन करतात. समस्त ब्रह्मांडाचा नायक परमेश्वर आहे. निर्माताही तोच आहे. तो ब्रह्मांडाचा अधिपती असून तो एकमेव सत्ताधीश आहे. त्याच्या इच्छेवर हे जगताचे चक्र गतिमान आहे. संपूर्ण ब्रह्मांड गतिशील आहे. परमेश्वराच्या बरोबरीचा त्याच्यापेक्षा मोठा किंवा त्याच्या सदृश दुसरा कोणीही नाही, असे वेदांत नमूद आहे. त्याची मर्जी, त्याच्या लीला या अगम्य असून त्याच्या इच्छेला कोणीही आव्हान देऊ शकत नाही. परमेश्वर सर्वेसर्वा आहे. यासाठीच त्याच्या इच्छेशिवाय झाडाची पानेही हलू शकत नाही, असा वाक्प्रचारही सार्वत्रिक रूढ आहे.

रात्री माणूस झोपतो, प्रात:काळी फिरून उठतो. या क्रिया परमेश्वराच्या सत्ता बळावरच चालतात. झोपला तो कायमचा झोपला, असे होत नाही. त्याच्या निद्रेच्या आणि पुन्हा सकाळी जागे होण्याच्या क्रियेवर वास्तविक परमेश्वरी इच्छेचाच परिणाम आहे. झोप ही मृतावस्थेदृश असते. जागे होणे हेच पुन्हा जिवंत होणे होय. या क्रियाही त्या सर्वशक्तिमान परमात्म्याच्या अधीन आहेत, असे एका कवीने त्याच्या एका कवितेत खालीलप्रमाणे व्यक्त केले आहे:

'घेतो झोप फिरूनी उठतो, ही त्याचीच सत्ता बळे'

सृष्टीत पावलापावलावर त्याच्या शक्तीचा, सत्तेचा अनुभव येतो. थोडा वेळ निरीक्षण तर करून पहा, त्याच्या चमत्काराच्या अनेक गोष्टी नजरेत भरतील आणि मुखातून

आश्चर्याचे उद्‌गार बाहेर पडतील, ‘अहो आश्चर्यम! परमेश्वरा, तुझी कमाल आहे.’ फुलाचा सुगंध, पानाफुलातील विविध रंग आणि आकार, पृथ्वीवरील पदार्थ आणि त्यांचे गुण ही त्यानेच निर्माण केले आहेत. मानवी शरीराची रचना ही तर महान चमत्काराने भरलेली अनुपम कलाकृती आहे. आईच्या गर्भातील जीवाची वाढ, त्याचा जन्म एक ना अनेक. समस्त सृष्टी परमात्म्याच्या महान कल्पकतेचा महान चमत्कार आहे. आकाशातील चंद्र-सूर्य, दिवस-रात्र, चंद्राचा क्षय आणि वृद्धी, नभातील चांदण्यांचा सडा, जंगलातील रंगीबेरंगी पक्षी, पाण्यातील नक्षी व विविध रंग असलेले मत्स्य, समुद्राच्या लाटांचे घोंघावणे, शीतल वाऱ्याची झुळूक आणि ढगांचा गडगडाट, वादळी वाऱ्याची भीषणता आणि विजांचा हृदयभेदक कडकडाट किती म्हणून सांगावी. समुद्राच्या पाण्याची शाई आणि आकाशाचा कागद त्या परमपिता परमात्म्याच्या लीला वर्णन करण्यास अपुरे आहेत, असेच ज्ञानवंतांनी त्या सर्वशक्तिमान परमात्म्याचे वर्णन वेद आणि इतर सर्व ग्रंथातून केली आहे. तोच आशय जगद्‌गुरू संत तुकाराम या चार ओळीच्या अभंगातून व्यक्त करतात.

अभंगाच्या पहिल्या चरणात महाराज म्हणतात, *‘आले देवाचिया मना’* देवाच्या मनात जे असते तेच या भूतलावर घडत असते. यालाच ‘श्रींची इच्छा’ असे संबोधले जाते. हे जग, ही सृष्टी परमेश्वराने का निर्माण केली? याचे शास्त्रातील उत्तर आहे, ‘लीला तू केवलम’ या परमात्म्याच्या लीला आहेत. हा जगनियंत्याचा खेळ आहे. पांडुरंगाने मांडलेला हा खेळ आहे. या खेळाची सर्व सूत्रे त्याच्या अधीन आहेत. मानव हा ईश्वराधीन असून या संदर्भाने मानव हा पराधीनही आहे. महाराज म्हणतात, *‘तेथे कोणाचेही चालेना’*, *‘ईश्वरेच्छा बलियेसी’* असे ईश्वरी इच्छेने वर्णन केले जाते. ईश्वराची इच्छा बलवान असते. त्याच्या इच्छेसमक्ष कोणाचेच काही चालू शकत नाही. त्याच्या मनात ज्या इच्छा निर्माण झाल्या त्यांच्यापुढे कोणाचेच काही चालू शकत नाही. कारण तो सर्वश्रेष्ठ आहे, सर्वशक्तिमान आहे.

दुसऱ्या चरणात महाराज राजा हरिश्चंद्राचे आणि ताराराणीचे उदाहरण देतात. राजा हरिश्चंद्र ईक्ष्वाकू वंशातील सूर्यवंशी, महान राजा. परंतु, स्वप्नात दिलेल्या वचनपालनातून त्याच्यावर अनेक आपत्तींना तोंड देण्याची पाळी आली. हा दैवदुर्विलास तर आहेच, पण हे घडावे अशी ईश्वराचीच इच्छा असली पाहिजे. हरिश्चंद्र तारामतीच्या जीवनचरित्रातून जगापुढे सत्य, वचनपालनाचा आदर्श ठेवण्याचा परमेश्वरी उद्देश असावा. हरिश्चंद्राला आणि तारामतीला डोंब या अतिक्षुल्लक व्यक्तीच्या घरी चाकरी करावी लागली. पाणी भरावे लागले. याचा अर्थ दास्यत्व किंवा दास होऊन राहावे लागले. नीतीने दिलेले सर्व भोग त्यांनी त्या भोगण्यात अनुभवले. पीडा आणि दैव गतीने मांडलेला छळ या सर्वांचा संबंध महाराज ईश्वरी सत्तेच्या आकांक्षेशी जोडतात.

त्या इच्छेविरुद्ध राजा हरिश्चंद्रासारखा सम्राट चारित्र्यसंपन्न, पापभीरू, वचननिष्ठेच्या पुण्याईने संपन्न असे पती-पत्नी काही करू शकले नाहीत. यावरून स्पष्ट आहे की, मानवी जीवनात, संसारात व्यक्तीच्या जीवननिर्वाहात येणारी संकटे, कष्ट स्वीकारणे किंवा भोगणे एवढेच माणूस करू शकतो. निमूटपणे समोर उभे असलेले ताप सहन करणे एवढाच पर्याय त्याच्यासमोर असतो. अन्य उपाय नसतो. शक्तिहीन मानव या संदर्भात परिस्थितीचा गुलाम किंवा दास असतो. परिस्थितीचे फटके त्याला सहनच करावे लागतात. नियतीने ओढलेल्या आसूडाचा दाह सहन करावाच लागतो. देवाची इच्छा असे मानून 'आलिया भोगासी असावे सादर' या वृत्तीने त्याकडे पाहणे अपरिहार्य असते. दुसरा मार्गच उपलब्ध नसतो.

तिसऱ्या चरणात महाराज पांडवाचे उदाहरण देतात. महाभारतातील पांडवाचे जीवन संकटांनी, विपरीत परिस्थितींनी ग्रस्त होते. राजसत्ता दुर्योधनाच्या हाती होती. युद्धात हरल्यानंतर तेरा वर्षांचा एकूण वनवास, त्यातील एक वर्ष अज्ञातवासाची धोकादायक अमानुष अट, कौरवांचे दास्यत्व, द्रौपदीचे वस्त्रहरण आणि विटंबना अशा अनेक प्रसंगाच्या तप्त ज्वालांनी भाजून निघावे लागले. इंद्रप्रस्थाचे राज्य हिरावले गेले. पांडव देशोधडीला लागले. हा सर्व महाभारतातील घटनांचा आढावा होय. हे सर्व, पांडव बंधूंसह द्रौपदीनेही सहन केले. दैवी इच्छा, परमेश्वरी क्रीडा म्हणूनच स्वीकार केला. या दोन्ही उदाहरणांवरून सामान्यजनांनी ध्यानात घेतले पाहिजे की, पुण्यशील राजा हरिश्चंद्र आणि पुण्यवंत पांडव यांनाही भोग चुकले नाहीत. परमेश्वरी योजनेचा भाग म्हणून हे कष्ट त्यांच्या वाट्याला आले. तिथे सामान्य जनांचे काय महत्त्व? त्यांनीही या उदाहरणावरून आलेल्या कष्टांकडे परमेश्वरी न्याय किंवा परमेश्वरी इच्छा, किंबहुना परमेश्वरी कृपा या दृष्टीनेच पाहिले पाहिजे. परमेश्वराची ज्याच्यावर कृपा होते त्याचे सर्वस्व, राज्य, संपत्ती इत्यादी सर्व परमेश्वर काढून घेतो. ज्यायोगे संबंधित व्यक्ती परमेश्वराकडे ओढला जातो, अशी मान्यता आहे. 'संकटात देव आठवतो' असे म्हणतात. यासाठीच भगवान श्रीकृष्णाकडे माता कुंतीने सतत विपत्ती याव्यात, ज्यायोगे सतत ईश्वराचे स्मरण होत राहील, असा वर मागितला होता. अर्थात ज्या विपत्ती मानव जीवनात येतात, त्यांना इष्टापत्तीच समजावी. विपत्ती या ईश्वरी योजनेचा भाग आहे, असेच मानावे. असा आशय या निरूपणातून प्रकट होतो.

महाराज चौथ्या शेवटच्या चरणात म्हणतात, 'उगेचि रहा, होईल ते सहज पाहा'. या चरणात महाराज समस्त मानवजातीला अतिमोलाचा उपदेश करीत आहेत. उगेची राहा याचा अर्थ त्रागा करू नका, आदळआपट करू नका, कोणालाही दोष देऊ नका, नातलगांवर रागावू नका, देवाला शिव्याशाप देऊ नका, याचा काही उपयोग नाही. बाह्य परिस्थितीवर तुमच्या वैतागाचा तीळमात्र परिणाम होत नाही. परिणाम होणारच

असेल तर, तुमच्या स्वतःच्या शरीरावर, मनावर, अंतःकरणावर होईल आणि हा परिणाम आपत्तीकारक असेल. शारीरिक, मानसिक व्याधी निर्माण होतील. जीवनात ताणतणाव, अशांती, बेचैनी, अगतिकता निर्माण होईल. एवढेच नव्हे तर, आहे तेही बिघडेल. किंबहुना विस्कळीत होऊन जाईल. यासाठी जे घडत आहे त्याकडे सहज भावाने पाहा, स्वीकार करा. ज्यामुळे मनाची शांतता टिकेल आणि दुष्परिणाम टळतील. या चरणाच्या उत्तरार्धात महाराज म्हणतात, होईल ते सहज पाहा. पूर्वार्धात महाराज गप्प बसण्यास, उगी राहण्यास सांगतात. या भागात जे जे होत आहे, जे जे घडत आहे ते सहजपणे पाहा, असे सांगतात. याचे कारण असे की जी गोष्ट तुमच्या स्वाधीन नाही, त्याबद्दल व्यर्थ चिंता करण्यात काय अर्थ आहे? जे होईल ते होईल आणि जे होणार आहे ते चुकणार नाही, त्याला रोखता येणार नाही, त्याला थांबवताही येणार नाही. मग काय करावे? साक्षीभावाने घडणाऱ्या घटनांकडे पाहायला शिका आणि करता करविता परमेश्वर आहे, हे दिवस संपतील, अशी आशा मनात ठेवणे हा सहजतेचा अर्थ आहे. याच अभंगासारखा महाराजांचा दुसरा एक अभंग आहे. त्यात महाराज म्हणतात, 'ठेविले अनंतें तैसेची रहावे । चित्ती असू द्यावे समाधान ।।' याचा अर्थ प्रस्तुत अभंगातील शेवटच्या चरणाच्या अनुरूपच आहे. शेवटी मनाचे समाधान महत्त्वाचे आहे. जसे ठेवले आहे, किंबहुना आपण जसे आहोत, ते परमेश्वराच्या इच्छेनुरूप आहे, असे आनंदाने मनी मानले असता मनात विषाद किंवा उद्वेग निर्माण होत नाही. क्रोध ही उत्पन्न होत नाही. क्रोध हे मानसिक अशांततेचे कारण असते. क्रोधाला आवर घातला असता, मनाची स्वस्थता ढळत नाही. मनाची अप्रसन्नताही त्रास देत नाही. यासाठी सहजता आणि स्वीकार या दोन बाबी समाधान देणाऱ्या आहेत, याचे भान ठेवले पाहिजे.

मनुष्याचा स्वभाव आहे, त्याला जीवनातील घटनाक्रम त्याच्या इच्छेनुरूप किंवा मनाजोगत्या व्हाव्यात, असे वाटते. परंतु, असे क्वचितच घडत असते. अपवादात्मक घडत असते. इंग्रजीत एक म्हण आहे. Man proposes and God disposes. याचा अर्थ मनुष्य इच्छितो एक आणि ईश्वर दुसरेच घडवितो. असे सर्वसाधारणपणे अनेकांच्या बाबतीत घडते. तेव्हा अशा घटनांकडे कसे पाहावे? अशा घटनांकडे ईश्वरेच्छा म्हणून पाहावे किंवा मनाचे समाधान खालील शब्दांत करून घ्यावे -

'मनासारखे झाले तर उत्तम आणि मनासारखे झाले नाही तर अतिउत्तम!'

हे कसे काय? याचा अर्थ असा आहे की, आपल्या स्वतःच्या इच्छेनुसार घडले तर उत्तमच आहे, हे निर्विवाद. परंतु, मनासारखे नाही घडले तर फार उत्तम कसे? याचे स्पष्टीकरण असे आहे की, अशावेळी, ईश्वरी इच्छा काही वेगळी आहे, असा विचार केला पाहिजे. ती इच्छा आपणास अवगत नाही. तेव्हा आपल्या मनासारखे झालेले

नाही. हे त्याचे स्पष्टीकरण कसे? त्याचे उत्तर असे की, यासाठी परमेश्वराच्या मनात संबंधितांसाठी दुसरी योजना आहे. म्हणून या योजनेत अनुकूल परिणाम प्राप्त झालेला नाही. कदाचित परमेश्वरी योजनेत इच्छिलेल्या अवमानांपेक्षा उत्तम परिणाम कृपा रूपाने देण्याचा ईश्वरी संकेत असावा. याचे वर्णन इंग्रजीत blessing in disguise असे करतात. अर्थात 'आवरणातील देवकृपा किंवा अवगुंठित आशीर्वाद किंवा न दिसणारी कृपा.' नीतीच्या मनात व्यक्तीच्या जीवनविषयक काय नियोजन आहे, याची व्यक्तीला कल्पना नसते. यासाठी व्यक्तीने ईश्वरी न्यायाची प्रतीक्षा करावी. ईश्वर हा कर्मफलदाता आहे, तसाच तो न्यायी आहे. कोणावरही तो अन्याय करणार नाही. करणारच असेल तर संबंधितांच्या अथक प्रयत्नांवर तो कृपा करील. केवळ दयाभाव दाखवील. हा उगी राहणे आणि सहजतेने पाहाणे याचा मथितार्थ आहे.

☆☆☆

१२

आतां कोठें धांवे मन । तुझे चरण देखिलिया ॥
भाग गेला सीण गेला । अवघा जाला आनंद ॥
प्रेमरसें बैसली मिठी । आवडी लाठी मुखाशी ॥
तुका म्हणे आम्हां जोगे । विठ्ठल घोंगें खरें माप ॥

मनुष्य जीवनातील उच्चतम ध्येय प्रभू दर्शन आहे. जीवनभर भक्त प्रभू चरणाचे दर्शन करण्यासाठी आसुसलेला असतो. प्रभूंचे मुखदर्शन आनंदविभोर करणारे असते. मुखदर्शन करताना भक्ताचे नेत्र आनंदाश्रूंनी पुरेपूर भरलेले असतात. गालांवरून अश्रू ओघळणे चालू असते. आनंदाश्रू घरंगळत गळ्यापर्यंत येतात. हा आनंदाचा सोहळा असतो, जो भाग्यवानालाच प्राप्त होतो. प्रभूचे चरणदर्शन हेही कमी महत्त्वाचे नाही. आशीर्वाद प्राप्तीसाठी चरणस्पर्श केला जातो. प्रभूचे चरणदर्शन, चरणस्पर्श प्रभू कृपेसाठी केले जाते. गुरू, चरणस्पर्श करणाऱ्याला शक्तिपाताच्या रूपाने आशीर्वाद देतात. प्रभूचे चरण स्पर्श करीत असताना भक्त मूर्तीच्या पायावर मस्तक ठेवतो. स्वतःच्या आनंदाश्रूंनी प्रभूचा पादाभिषेक करतो. परमात्म्याची दृष्टी भक्ताकडे असते. अभय हस्ताद्वारे प्रभू भक्तावर कृपेचा वर्षाव करीत असतात. या कृपावर्षावात भक्त ओलाचिंब होतो. त्याला देहभानाचे विस्मरण होते. धरलेले पाय सोडवत नाहीत. पायाला घट्ट मिठी घालून, परमात्म्याच्या चरणी संपूर्ण अहंकाराचे, संसारातील आसक्तीचे विसर्जन भक्त करीत असतो. आनंदाश्रूंनी चरणाचा जणू अभिषेकच भक्त करीत असतो. संत तुकारामांचे परमदैवत पंढरीचा पांडुरंग आहे. पांडुरंगाची मूर्ती कशी आहे? विटेवर समचरण कटीवरी दोन्ही हात ठेवून तो उभा आहे. 'सुंदर ते ध्यान उभे विटेवरी' असे त्याचे अभंगातून वर्णन आहे. पांडुरंगाचे दर्शन महत्त्व यासाठीही आहे की, तिथे पादुका दर्शन प्राप्त होते. चरणांना स्पर्श करण्याची संधी प्राप्त होते.

भक्त आणि देव यांच्यातली एवढी जवळीक इतरत्र कोणत्याही मंदिरात अपवादानेच आढळते. दुरून होणाऱ्या दर्शनावरच समाधान मानावे लागते. पंढरपूरचा पांडुरंग भक्तवत्सल आहे. भक्त हा त्याचा सर्वांत प्रिय असून तो भक्ताची वाट पाहणारा आहे. पांडुरंग आणि भक्त, पांडुरंग आणि वारकरी, पांडुरंग आणि संत यांची परस्पर सोबत हा पंढरपुरातील मधुर मीलनाचा, हर्षोल्हासाचा आनंदमेळा आहे. संत तुकाराम विठ्ठलाच्या चरणदर्शनाने संतुष्ट आहेत. आनंदाच्या डोहात आकंठ बुडाले आहेत. आनंदाच्या तरंगांनी शरीराच्या रोमारोमांत हर्षोन्मादाच्या लहरी उठल्या आहेत. महाराज आणि विठोबा यांच्यातील द्वैत संपले असून भक्त आणि देव समरस झाले आहेत, एकरूप झाले आहेत.

महाराज म्हणतात, 'आता कोठे धावे मन । तुझे चरण देखिलिया' मनाला आता कोठे धावण्याची गरज नाही. त्याचे अंतिम गन्तव्य स्थान त्याला प्राप्त झाले आहे. मानवाचे मन कसे असते? मन चंचल असते. मनाची गती विलक्षण तेज असते. मन स्थिर कधीच नसते. ते सतत धावत असते. धावणे हा मनाचा गुण आहे. वायू जसा अखंड गतिमान असतो, तसेच मन हे सदैव भटकत असते. मनाची अस्थिरता अनेक कारणांमुळे असते. मनाला स्थिरता केवळ प्रभू चरणप्राप्तीनेच होऊ शकते. त्याला जखडून ठेवण्याचे सामर्थ्य केवळ प्रभू चरणातच आहे. अन्य साधने निरुपयोगी आहेत. मनाची प्रसन्नता प्रभूचरण दर्शन हीच आहे. म्हणून महाराज दुसऱ्या एका अभंगात म्हणतात, 'मन करा रे प्रसन्न सर्व सिद्धीचे कारण' मनाच्या प्रसन्नतेचे परिणाम काय आहेत हे महाराज प्रस्तुत अभंगाच्या दुसऱ्या चरणात वर्णन करतात.

विठ्ठलाचे चरणदर्शन झाल्यावर मनाची धावपळ थांबली, अनिश्चितता थांबली. मन चिंतामुक्त झाले, तणावमुक्त झाले. मन पक्ष्यासदृश्य हृदयाकाशात स्वच्छंद विहार करू लागले. हे कशामुळे घडते? तर प्रभूचरण अवलोकनाने. महाराज म्हणतात, ''भाग गेला, शीण गेला अवघा झाला आनंद.'' सर्व प्रकारचे भोग संपले. दैवी भोग, कर्म भोग, सर्व यातना, कष्ट, पीडा नष्ट झाल्या. समस्त संसारातील जबाबदाऱ्या, ओझ्यांचे दडपण संपले. मनाला मुक्तानंद प्राप्त झाला. आता मन निश्चिंत झाले. विठ्ठलाच्या पावलांना गवसणी घातली. आता कशाची चिंता? भवसागरातील सर्व हालअपेष्टांचा अंत झाला. मन विश्रांत झाले. मनाला विश्रामाचे स्थान गवसले. धावपळ करणारे बाळ थकून भागून जेव्हा आईच्या पोटात शिरते, तिच्या पदराची उब अनुभवते, तेव्हा त्या बाळाचा आनंद कोणत्या शब्दांत वर्णन करावा? विठू माउलीच्या सावलीत जेव्हा भक्त येतो, तेव्हा त्याला आनंदाच्या साम्राज्यात प्रवेश केला असल्याचा अनुभव येतो. असीम आनंदाची प्राप्ती होते, असे महाराज 'अवघा झाला आनंद' या शब्दाच्या रचनेतून आनंद व्यक्त करतात. आनंद साजरा करतात.

तिसऱ्या चरणाचा प्रारंभ 'प्रेमरसें बैसली मिठी' या शब्दाने होते. प्रेमरस केव्हा निर्माण होतो. प्रेमरस हा आत्यंतिक आकर्षणाचा परिणाम आहे. अत्यंत आकर्षण केव्हा निर्माण होते. सुंदरता हे आकर्षणाचे कारण आहे. सुंदरता हा कशाचा परिणाम आहे? सुंदरता हा शृंगाराचा परिणाम आहे. तेव्हा पांडुरंगाने कोणता शृंगार केला आहे? याचे वर्णन खालील अभंगात समर्पकपणे केले आहे.

सुंदर ते ध्यान उभे विटेवरी । कर कटावरी ठेवूनीया ॥
तुळसी हार गळा कांसे पितांबर । आवडे निरंतर हेचि रूप ॥
मकर कुंडले तळपती श्रवणीं । कंठी कौस्तुभमणि विराजित ॥
तुका म्हणे माझे हेचि सर्व सुख । पाहीन श्रीमुख आवडीने ॥

विठ्ठल कसा आहे? सावळा पांडुरंग विटेवरी उभा आहे. कमरेवर दोन्ही हात, गळ्यात तुलसीहार आणि पीतांबर नेसलेला. कानात मकर कुंडले आणि कंठात कौस्तुभ मणी आहे. हा आहे विठ्ठलाचा साजशृंगार, अशा पांडुरंगाचे मुखदर्शन आवडीने करताना, त्यात माझे सर्व सुख सामावले आहे, असे महाराज वर्णन करतात.

प्रेमाची पराकोटी म्हणजे भक्ती. प्रेमरसाचा परिणाम मिठी घालण्यात होतो. येथे महाराज विठ्ठल चरणाला आवळून धरतात, कडकडून मिठी मारतात. ही मिठी कशी आहे? भक्ताची भक्ती आणि देवाचे प्रेम, अशी भक्तिप्रेमाची ही मिठी आहे. या मिठीतून भक्त सुटू शकत नाही, देवही सुटू शकत नाही. देव भक्ताची ही मिठी ब्रह्मगाठ आहे, रेशीमगाठ आहे, कधीही न तुटणारे, विभक्त न होणारे बंधन आहे. प्रेमरसाच्या मिठीचे हेच तर वैशिष्ट्य असते. ज्यात विलक्षण सौंदर्य, समीपता, दृढता आणि संतुष्टता असते. हे जीवाशिवाचे मधुर मीलन असून, या मीलनात परस्परांचा समर्पण भाव आहे. देवाचे भक्ताप्रती पूर्ण समर्पण आणि भक्ताचे देवाच्या चरणांवर अनन्य समर्पण हा भाव 'आवडी लाठी मुखाशी' याद्वारे महाराज वर्णन करतात. लाठी याचा अर्थ बळकट किंवा घट्ट असा होतो. भक्तांनी मारलेली मिठी ही बळकट आहे. त्याचप्रमाणे भक्ताच्या मुखातून आवडीने सतत नामस्मरणही सुरू असते. देवाला भक्ताची आवड आणि भक्ताला देवाची आवड ही प्रेमापोटीच आहे. परमेश्वराचा वात्सल्यभाव भक्ताप्रति असतो. तर, भक्ताच्या अंतःकरणात परमेश्वरावरील पराकोटीचे प्रेम अर्थात भक्ती असते. हाताची मिठी आणि मुखाने नामस्मरण या दोन्ही क्रिया महाराजांच्या आवडीच्या आहेत.

☆ ☆ ☆

१३

पुण्य परउपकार पाप ते परपीडा । आणिक नाही जोडा दुजा यासी ॥
सत्य तोचिं धर्म असत्य तें कर्म । आणिक हे वर्म नाही दुजें ॥
गति तेचि मुखी नामाचें स्मरण । अधोगति जाण विन्मुखता ॥
संतांचा संग तोचिं स्वर्गवास । नर्क तो उदास अनर्गळ ॥
तुका म्हणे उघडें आहे हित यांतं। जया जे उचित करा तैसें ॥

संत तुकाराम महाराज प्रस्तुत अभंगात पुण्य आणि पाप यांची अत्यंत सोपी व्याख्या सांगतात. परोपकार म्हणजे पुण्य आणि पाप म्हणजे परपीडा. इतरांवर उपकार करणे, यालाच 'परोपकार' म्हटले जाते. 'पीडा' म्हणजे त्रास. काया वाचा, मने दुसऱ्यांना त्रास देणे, छळ करणे, अन्याय, अत्याचार करणे ही दुष्कृत्ये होत आणि म्हणून ही पाप कर्मे होत.

दुसऱ्या चरणात महाराज सत्य आणि असत्याचे विवेचन करतात. धर्म याचा अर्थ सत्य आहे. त्याला सत्यधर्म असेही म्हणता येते. मनुष्य जिवंत असेपर्यंत कर्म करीत असतो. मृत्यूनंतर कर्म थांबते. अर्थात, संबंधित जीवनकाळाच्या समाप्तीबरोबर कर्माचाही अंत होतो. यासाठी धर्माप्रमाणे कर्म, सत्य किंवा शाश्वत नाही. कायमस्वरूपी नाही. सत्य म्हणजेच परमात्मा. परमात्मा सत्य आहे. परमात्मा चिरंतन आहे. म्हणून सत्य आणि धर्मही चिरकाल अस्तित्वात असणार आहेत. हेच धर्म आणि कर्माचे स्वरूप असून याखेरीज दुसरे कोणतेही वर्म नाही.

तिसऱ्या चरणात गती शब्द आला आहे. गती याचा अर्थ सद्‌गती असा आहे. सत्यमार्गाचे अनुसरण करणाऱ्यास, धर्माच्या मार्गाचा अवलंब करणाऱ्यास उत्तम गती प्राप्त होईल. त्याचप्रमाणे असत्य आणि अधार्मिक कृत्यास अधोगती प्राप्त होईल. त्याचप्रमाणे महाराज म्हणतात, मुखामध्ये परमेश्वराचे अखंड नामस्मरण करीत असणे,

यामुळे व्यक्तीला उत्तम गती प्राप्त होते आणि जी व्यक्ती परमात्म्याला विन्मुख अर्थात परमेश्वराचे नामस्मरण करीत नाही, त्याला अधोगतीच प्राप्त होते.

संतांची संगती, संतांचा सहवास स्वर्गप्राप्तीचे कारण आहे. संतांच्या सोबतीमुळे व्यक्तीला स्वर्गाची प्राप्ती होते. स्वर्गप्राप्तीची, वैकुंठप्राप्तीची इच्छा असणाऱ्या व्यक्तीने संतांची सोबत करावी तेव्हाच निश्चितच स्वर्गीय आनंदाची प्राप्ती होऊ शकते. स्वर्गाची संकल्पना सर्वच धर्मांत 'सुखाचा सागर' अशी केली आहे. स्वर्ग अर्थात आनंदाचा डोह. या डोहात डुंबून आनंदलहरींचा अनुभव घ्यावयाचा असल्यास संतांच्या बोटास धरून जीवनाची वाटचाल केली पाहिजे. संतवचनानुसार संतांच्या उपदेशानुसार संतांचे मार्गदर्शन आणि संतांची शिकवण याद्वारे प्राप्त ज्ञानाच्या प्रकाशात मार्गक्रमण केले असता, स्वर्गप्राप्ती अनायास होऊ शकते. यासाठी या राजमार्गावर वाटचाल करा, असे आग्रही प्रतिपादन महाराज येथे करतात. या अभंगाच्या चरणाच्या नंतरच्या भागात या बाबतीत उदासीन व्यक्तीच्या दशेचेही वर्णन करतात. संतांच्या सन्मुख नसणाऱ्या व्यक्ती अर्थहीन, निरुपयोगी, अर्थात व्यर्थ कार्यात काळ व्यतीत करून सुवर्णमोलाच्या जीवनाला मातीमोल करीत असतात. संतांप्रतीची विन्मुखता किंवा उदासीनतेचा परिणाम क्षुल्लक किंवा वेळेचा अपव्यय होणाऱ्या निष्फळ अर्थात ज्यातून कोणतेही योग्य परिणाम प्राप्त होत नाहीत, अशा कार्यात जेव्हा माणूस स्वतःला बांधून घेतो त्याला स्वर्ग तर प्राप्त होतच नाही. उलट दुष्परिणाम म्हणून नरकवास प्राप्त होतो. दुःखाचे आगार, यातना, वेदना, पीडा यांनी ओतप्रोत ठिकाण असे नरकाचे वर्णन आहे. आपणास काय हवे आहे? याचा निर्णय व्यक्तीने विवेकाने घ्यावा. महाराज दोन्ही मार्गाचे परिणाम मानवजातीपुढे ठेवतात.

महाराज शेवटच्या चरणात म्हणतात, संतसंगाची आणि संतांपासून अलिप्ततेचे परिणाम स्पष्ट आहेत. 'उघडे आहे हितघात' या शब्दाद्वारे महाराज वर्णन करतात. मानवाचे हित आणि अहित कशात आहे, हे महाराजांनी मानवजातीपुढे मांडले आहे. ज्यातून उचित काय घ्यायचे आणि कशाचा त्याग करावयाचा, हे ज्याचे त्यांनी ठरवावे, असे रोखठोक विधान महाराज येथे शेवटच्या चरणात करतात. संत तुकाराम महाराज त्यांच्या स्पष्टवक्तेपणाविषयी प्रसिद्ध आहेत. त्यांच्या अभंगातील बोल मिळमिळीत नसतातच. स्वतःचे मत ते निर्भयतेने जगासमोर ठेवतात आणि हेच महाराजांच्या अभंगरचनेचे प्रमुख वैशिष्ट्य आहे. रुचेल त्याने घ्यावे, नाही पटले तर त्याचे दुष्परिणाम महाराजांनी विदित केले आहेतच. सद्‌गती आणि अधोगती यातून निवड करण्याची जबाबदारी महाराज व्यक्तीवर सोपवितात. पाऊल कुठे वळवायचे याचा निर्णय ज्याचा त्याने घ्यावा, एवढे स्पष्ट प्रतिपादन त्यात आहे.

☆ ☆ ☆

१४

कासया गुणदोष पाहों आणिकांचें । मज काय त्यांचें उणे असें ॥
काय पापपुण्य पाहों आणिकांचें । मज काय त्यांचें उणे असें ॥
नष्ट दुष्टपण कवणाचें वाणूं । तयाहून अणु अधिक माझें ॥
कुचर खोटा मज कोण असे आगळा । तो मी पाहो डोळां आपुलिये॥
तुकां म्हणे मी या भांडवलें पुरता । तुजसी पंढरीनाथा लावियेलें ॥

प्रत्येक व्यक्तीत गुण-दुर्गुण असतातच. चांगल्या आणि वाईट प्रवृत्तीचा परिपाक माणसाच्या व्यक्तिमत्त्वात, वर्तणुकीत आढळतो. परंतु, माणूस दुसऱ्यातील दोष शोधत असतो, पाहात असतो. त्याचवेळी स्वतःला मात्र तो गुणांचा पुतळा मानत असतो. महाराज माणसातील या स्वाभाविक प्रवृत्तीवर अंगुलिनिर्देश करतात. पहिल्या चरणात ते म्हणतात, 'इतरांतील गुणदोष कशासाठी पाहावयाचे?' वास्तविक इतरांतील गुण व्यक्ती पाहातच नाही. दोष पाहण्याकडे तिचा कल असतो. परंतु, महाराज म्हणतात, 'आपल्यात स्वतःमध्ये काय कमी दोष आहेत काय?' याचा भावार्थ असा आहे की, स्वतःतील दोष आधी पाहा, दुसऱ्यातील दोष पाहाण्याने काय साध्य होणार? स्वतःतील दोष जाणून घेतले असता, स्वतःमध्ये निदान सुधारणा करण्याची जाणीव तरी जागृत होईल. परंतु, माणूस इतरांमधील दोष धुंडाळीत असतो. गुण शोधीत नसतो, हेही वास्तव आहे. मराठीतील सुप्रसिद्ध वाक्प्रचार आहे तो असा - *'दुसऱ्याच्या डोळ्यांतील कुसळ दिसते, परंतु, स्वतःच्या डोळ्यांतील मुसळ दिसत नाही.'* त्याचप्रमाणे इतरातील दोषांकडे जेव्हा माणूस मूठ वळवून बोट दाखवितो, तेव्हा बाकीची सर्व बोटे स्वतःकडे वळलेली असतात, याचे भान माणसाला असावयास हवे. संत कबीर एका दोह्यात म्हणतात, *'बुरा जो देखन मैं चला बुरा न दिखा कोय । जो दिल खोजा अपना मुझसा बुरा ना कोय ।'* या पंक्तींचा अर्थ महाराजांच्या या अभंगातील आशयाशी तंतोतंत जुळतो. सदगुणी व्यक्तीला, सज्जन व्यक्तीला सर्वत्र चांगलेच दिसते.

दुर्गुणी व्यक्तीला सर्वत्र वाईट दिसते. हाही एक विचार करण्यासारखा मानवी स्वभाव आहे. त्यासाठी महाभारतातील एक प्रसंग सांगितला जातो. कदाचित तो काल्पनिकही असावा, पण आशय समजून घेणे उपयोगाचे आहे. म्हणून नमूद करीत आहे. एकदा युधिष्ठिराला वाईट माणसे कोणकोणती आहेत ते पाहून येण्यास सांगितले. तो फिरून आला आणि म्हणाला की, त्याला एकही माणूस वाईट आढळला नाही. या उलट दुर्योधनाला चांगली व्यक्ती शोधण्यास पाठविले असता तोही फिरून आला. त्याने उत्तर दिले, एकही चांगली व्यक्ती शोधून सापडत नाही. याचा अर्थ जशी आपली दृष्टी तशी सृष्टी दिसते. ज्या रंगाचा चष्मा डोळ्यांवर लावला असतो तसाच जगाचा रंग दिसतो, हेही या संदर्भात ध्यानात घ्यावे. प्रस्तुत अभंगात मात्र केवळ इतरांतील दोषांवर बोट ठेवू नका, स्वतःमध्ये काही दोष नाहीत ना, हे प्रथम ध्यानात घ्या, असा उपदेश महाराज पहिल्या चरणात करतात.

दुसऱ्या चरणात महाराज गुणदोषांनंतर पापपुण्याचा उल्लेख करतात. दुसरा किती पापी आहे, हे पाहाण्याऐवजी स्वतःमध्ये किती पाप भरले आहे, हे पाहा. दुसऱ्याचे पुण्य किती आहे, हे पाहाणे उपयोगाचे नसून स्वतःच्या पुण्याची गणती करणे, स्वतः सुधारण्यासाठी उपयुक्त आहे. स्वतःतील पापपुण्याची गोळाबेरीज सातत्याने केली असता आत्मनिरीक्षणाची सवय लागते. इतरांचे निरीक्षण करीत वेळ व्यर्थ दवडण्याऐवजी स्वतः अंतर्मुख होऊन निरीक्षण करीत, स्वतःतील पुण्यसंचय वाढवीत, पापी वृत्तीचे क्षालन करा, अशी शिकवणही यातून घेणे आवश्यक आहे.

तिसऱ्या चरणात पुन्हा पुन्हा याच उपदेशाची पुनरावृत्ती झाली आहे. महाराज म्हणतात, इतरांचा नष्ट आणि दुष्टपणा काय सांगू, त्यांच्या तुलनेत माझ्या स्वतःत तो अधिक प्रमाणात आहे, असे ते विवेचन करतात. त्याचप्रमाणे कुचरपणा, खोटेपणा इतरांपेक्षा स्वतःत अधिक आहे, याची जाणीव असणे आवश्यक आहे. स्वतःच्या अंतःचक्षुंद्वारे स्वतःतील खोटेपणा, नष्टचर्य आणि दुष्टचर्य सातत्याने पाहावे. इतरांपेक्षा आपल्यात हे अधिक आहे, याचे आकलन झाले, म्हणजे जगाकडे पाहण्याची दृष्टी बदलून जाईल. इतरांतील दोषांची चर्चा करण्याचे आपोआप थांबून जाईल. इतरांतील दोष दिसू लागले की, व्यक्ती इतरांची निंदा करण्यास सुरुवात करतो. निंदा करणे हाही फार मोठा दुर्गुण आहे. स्वतःतील दोष हे इतरांपेक्षा अधिक आहेत, हे जाणले असता, स्वतःतील मोठेपणाचा भाव कमी होऊन, नम्रतेचा भाव प्रकट होऊ लागतो. त्याचवेळी इतरांविषयीचा तुच्छतेचा भाव नष्ट होऊ लागतो. हीच फार मोठी कामगिरी असून, हे भांडवल जीवन सावरण्यास पुरेसे आहे. स्वतःतील चांगुलपणा, गुणांचे अर्पण पांडुरंगचरणी घडून व्यक्तीच्या व्यक्तिमत्त्वाचे उन्नयन घडवून येते. शेवटच्या चरणात महाराज म्हणतात, गुणदोषांचा साठा किंवा भांडवल माझ्याकडे विपुल आहे, ते सर्व पांडुरंगा मी तुझ्याकडे पाठवून दिलेले आहे.

☆☆☆

१५

अणुरेणिया थोकडा । तुका आकाशा एवढा ॥
गिळुनी सांडले कळिवर । भव भ्रमाचा आकार ॥
सांडिली त्रिपुटी । दीप उजळला घटी ॥
तुका म्हणे आता । उरलो उपकारापुरता ॥

प्रस्तुत अभंगात महाराज अद्वैत तत्त्वज्ञानावर भाष्य करीत आहेत. जीव जेव्हा ब्रह्मरूप होतो तेव्हा तो अणू-रेणू पेक्षाही लहान अर्थात थोकडा होतो. थोकडा याचा अर्थ सूक्ष्मातिसूक्ष्म होय. ब्रह्म सूक्ष्मातिसूक्ष्मही आहे आणि अतिविशालही आहे. समस्त ब्रह्मांडाला आकाशाने धारण केले आहे. आकाशाएवढे विस्तृत, विशाल दुसरे काहीच नाही. सर्व ग्रह, तारे, चंद्र, सूर्य, पृथ्वी सर्व आकाशाच्या आधारानेच अस्तित्वात आहेत. जीव जेव्हा परमशक्तीशी तादात्म्य पावतो, तेव्हा काय परिवर्तन होत असते, याचे विवेचन महाराज प्रस्तुत अभंगात करतात.

संसाराविषयीचा भ्रम ज्ञानप्राप्तीनंतर गळून जातो, अर्थात लुप्त होतो. ज्याचा परिणाम देहाचे तादात्म्यही सुटून जाते. संसाराचे पाश किंवा सांसारिक बंधनातून जीव मुक्त होतो. त्रिपुटी अर्थात ज्ञाता-ज्ञान-ज्ञेयादी विसर्जन ज्ञानदीप प्रज्वलित झाला असता घडून येते. अशी अवस्था जेव्हा प्राप्त होते, तेव्हा स्थितीत केवळ कर्तव्यभाव शिल्लक राहतो.

संत तुकाराम महाराज या अवस्थेतील स्वतःचे वर्णन करतात. या जीवलोकातील त्यांचे देहरूपी अस्तित्व केवळ जगावर उपकार करण्यासाठीच आहे, असा अत्यंत उदात्त, लोककल्याणासाठी देह झिजविण्याचा भाव महाराज प्रकट करतात. लोकोपकार हेच मानवी जीवनातील महान आणि अत्यावश्यक कर्तव्य आहे. हे कर्तव्यपालन हीच जीवनाची सार्थकता आहे.

कर्ता, कर्म आणि कारण ही त्रिपुटी अनुकूल असेलच, अशी शक्यता नसते. यांची अनुकूलता नामस्मरणाने प्राप्त होते. द्रष्टा अर्थात पाहणारा, दृश्य आणि पाहण्याची अर्थात

अवलोकन क्रिया या त्रिपुटीचा निरास करून आत्मज्ञानरूपी दीपक देहाच्या ठिकाणी प्रकाशित केला आहे. हा आत्मबोध झाला आहे. याचे वर्णन दुसऱ्या शब्दांत असे केले जाते. ज्ञेय, ज्ञाता आणि ज्ञान ही त्रिपुटी वगळूनही आत्मबोध होऊ शकतो आणि तो झाला आहे. देहरूपी घटात हा प्रकाशरूपी आत्मबोध प्रकटला आहे. त्यामुळे आता केवळ जगावर उपकार करण्यासाठीच शिल्लक उरलो आहे, अशी भावना महाराज शेवटच्या चरणात व्यक्त करतात.

संतांचे जीवन जगताच्या कल्याणासाठी असते म्हणून 'जगाच्या कल्याणां संतांच्या विभूती' असे संतांच्या कार्याचे वर्णन केले जाते. पृथ्वीवरील संतांचे आगमन हे लोककल्याणासाठी असते. महाराज या अभंगात संतांच्या जीवनाचा उद्देश स्पष्ट करतात. समस्त मानवजातीला परमार्थाचे महत्त्व आणि संसाराची असारता सांगून प्राप्त मनुष्यजन्माचा सदूपयोग परमेश्वर प्राप्तीसाठी केला पाहिजे, मोक्ष प्राप्त केला पाहिजे, ही संतांची शिकवण आहे.

'सांडली त्रिपुटी' या चरणात महाराज मनुष्याच्या निद्रेसंबंधात आणि जागृत अवस्थेचा संदर्भ देतात. माणसाच्या तीन अवस्था असतात. १) जागृत अवस्था २) स्वप्नावस्था ३) सुषुप्ती अवस्था. या तिसऱ्या अवस्थेत व्यक्ती देहभान विसरते. असे देहभान विसरल्याशिवाय आत्मज्ञान प्राप्त होत नाही. स्वप्नावस्था म्हणजे भ्रम अवस्था. ज्ञान म्हणजे प्रकाश. याचे वर्णन म्हणून महाराज म्हणतात, *'सांडिली त्रिपुटी दीप उजळला घटी.'*

संत तुकाराम महाराजांचा प्रस्तुत अभंग अर्थाच्या दृष्टीने अतिगहन आहे. यातील महत्त्वाचा विचार तिसऱ्या चरणात जसा आहे, तसाच तो सर्वच चरणांत ओतप्रोत आहे. याचा आरंभ पहिल्या चरणापासूनच आहे. पहिल्या चरणातच महाराज ब्राह्मी स्थितीचे वर्णन करताना म्हणतात, 'अणू रेणूंपेक्षाही सूक्ष्म आणि आकाशासारखा तुका झाला आहे. दुसऱ्याच चरणात, देहाशी तादात्म्य सुटले असता संसाररूपी भ्रमाची जाणीव होते. 'गिळूनि सांडिले कळिवर' हा देहाभिमान नष्ट झाल्यासंबंधीचे वर्णन आहे. देहाचे तादात्म्य संपुष्टात आले असता ज्ञाता, ज्ञान आणि ज्ञेय या त्रिपुटीतून सुटका होते किंवा ही त्रिपुटी सोडून दिली जाते. ज्ञाता म्हणजे व्यक्ती ज्ञान म्हणजे वस्तू किंवा पदार्थ आणि भौतिक विषयाचे ज्ञान या तिन्हीच्या पलीकडे जाणे म्हणजे देहाचे तादात्म्य नष्ट होणे. अशी अवस्था प्राप्त झाली असता अंतःकरणरूपी घट किंवा कुंभात ज्ञानदीप उजळतो. हे ज्ञान म्हणजेच आत्मबोध. हे आत्मज्ञान प्राप्त व्यक्ती ही कर्तव्यभावाने जागृत होते. संतांची कर्तव्ये काय आहेत? संत केवळ उपकारासाठी उरलेले असतात. त्रिपुटी सोडणे, देहाचे तादात्म्य सुटणे, आत्मबोध प्राप्त होणे आणि अंतःकरण ज्ञानाच्या प्रकाशाने उजळणे या क्रमवार अवस्था आहेत. असा ज्ञानप्रकाश प्रकट झाला असता या मृत्युलोकात, आता या देहरूपात मी केवळ लोकोपकारासाठी शिल्लक उरलो आहे, अशी उदात्त भावना महाराज प्रस्तुत अभंगाच्या शेवटच्या चरणात करतात.

☆ ☆ ☆

१६

जोडोनिया धन उत्तम वेव्हारे । उदास विचारे वेंच करी ॥
उत्तम चि गती तो एक पावेल । उत्तम भोगील जीव खाणी ॥
परउपकारी नेणे परनिंदा । परस्त्रिया सदा बहिणी माया ॥
भूतदया गाईपशूचे पाळण । तान्हेल्या जीवन वनामाजी ॥
शांतिरूपे नव्हे कोणाचा वाईट । वाढवी महत्त्व वडिलांचे ॥
तुका म्हणे हेचि आश्रमाचे फळ । परमपद बळ वैराग्याचे ॥

मानवी जीवनात धनाचे महत्त्व आहे. धनाची गरजही आहे. जीवनातील आवश्यकतेच्या पूर्ततेसाठी धन उपयुक्त असते. स्थिरता देण्यासाठी धन कमवावे लागते. भविष्याची तरतूद म्हणून धनसंग्रह करण्याची मानवी प्रवृत्ती शास्त्रातील चार पुरुषार्थपैकी एक पुरुषार्थ आहे. यासाठी माणूस धन जोडत असतो. धन जमविण्याचे दोन मार्ग आहेत. इष्ट आणि अनिष्ट. इष्ट मार्गाचा अर्थ उत्तम व्यवहार, प्रामाणिक व्यवहार, परिश्रमातून, घाम गाळून, प्रयत्नांतून केलेले व्यवहार. यालाच महाराज 'उत्तम व्यवहार' असे म्हणतात. अनिष्ट मार्ग म्हणजे लबाडी, चोरी, अन्याय, अत्याचार, फसवणूक या मार्गाने अर्थार्जन. आधुनिक काळात साठेबाजी, काळाबाजार लोकांच्या अडचणीचा गैरफायदा घेऊन संधीचे रूपांतर पैसा कमावण्यात प्रामुख्याने व्यापार व उद्योगक्षेत्रातील मंडळी करतात. याला 'अवैध मार्गाने धन कमावणे' म्हणतात. शासन यंत्रणेद्वारे निर्मित कायद्याच्या विरुद्ध धन कमावणे, याला 'अवैधानिक मार्ग' असे संबोधन आहे. हे धन कायद्याच्या दृष्टीने अवैध ठरणारे असू शकते. त्याचप्रमाणे नैतिक दृष्टीनेही वाईट मार्गाने धन कमावले जात असते. धनसंग्रहाचा लोभ असणारी व्यक्ती धन जोडताना कोणताच विधीनिषेध बाळगत नाही. धनाची अतिलालसा व्यक्तीला, कोणत्याही मार्गाने धन कमावण्यास प्रेरित करीत असते. धनलालसेला अंत नसतो, हेही वास्तव आहे.

धनसंग्रह करण्यास महाराजांचा आक्षेप नाही. परंतु, धन जोडण्यासाठी मात्र महाराज अट घालतात. उत्तम व्यवहाराद्वारे धन कमावण्यास, संग्रह करण्यास हरकत नाही. नीच आणि नीचतम व्यवहार मात्र निषिद्ध आहे. अभंगाच्या पहिल्या चरणाच्या दुसऱ्या भागात महाराज म्हणतात, *'उदास विचारे वेच करी.'* याचा अर्थ धनाकडे पाहण्याची वृत्ती उदासीन असावी. तसेच संग्रहित धन हे निःस्वार्थ, निरपेक्ष, निष्काम बुद्धीने लोकोपयोगी कार्यात खर्च केले पाहिजे. धनाची उपयुक्तता लोककल्याणार्थ खर्च करण्यात आहे. केवळ धनसंग्रह करून, त्या धनाकडे 'माझे धन, माझे धन' असे आळविणे निरर्थक आहे. धनाचा सदूपयोग स्वतःच्या कुटुंबाबरोबरच समाजहितासाठीही झाला पाहिजे. सामाजिक कार्यासाठी खर्च करीत असताना व्यक्तीची वृत्ती गर्वानुभवाची किंवा अहंकारयुक्त असू नये, असा उदास या शब्दाचा अर्थ आहे. काळानुरूप समाजाच्या आवश्यकतेनुसार धनी व्यक्तीचे धन खर्ची पडले असता, त्या व्यक्तीस सद् गती किंवा उत्तम गती प्राप्त होईल, असे दुसऱ्या चरणात महाराज म्हणतात. स्वार्थ प्रेरित धनाचा उपयोग हा धनाचा दुरूपयोग होय. अशा प्रकारच्या दुरूपयोगाचा परिणाम संबंधितास अधोगती प्राप्त होण्यात होतो, असा निष्कर्ष पर्यायाने काढला जाऊ शकतो.

निष्काम वृत्तीने धन खर्च करणाऱ्यास नंतरचा जन्म उच्च कुळात प्राप्त होईल आणि सुखासीन जीवनही प्राप्त होईल, असा *'उत्तमचि गती तो एक पावेल'* या चरणाचा अर्थ आहे.

तिसऱ्या चरणात महाराज परोपकार, परनिंदा आणि परस्त्रियांबाबतचा विचार मांडतात. मनुष्यजीवनातील सर्वश्रेष्ठ कर्तव्य परोपकार आहे. परोपकार हा पुण्यप्रद असतो. त्याचप्रमाणे मनुष्यजीवनातील अत्यंत निकृष्ट कृत्य ही परनिंदा होय. परनिंदा करण्याने संचित पुण्याचा जिथे क्षय होतो, तिथे पापसंचयात वृद्धी होते. यासाठी सदासर्वकाळ सर्वतोपरी सर्वांवर परोपकाराचा वर्षाव करणे, हीच मानवी जीवनाची सार्थकता आहे. त्याचबरोबर परनिंदा करण्यापासून, स्वतःवर परनिंदेची छायाही पडू न देता जी व्यक्ती अतिदूर राहते, ती व्यक्ती श्रेष्ठ होय. महाराज येथे पापाचरणाच्या मालिकेत परस्त्रियांकडे पाहण्याच्या दृष्टिकोनावर प्रकाश टाकतात. परस्त्रीस मातेसमान, बहिणीसमान मानले पाहिजे, असाही उपदेश करतात.

चौथ्या चरणात महाराज परोपकाराची कक्षा विस्तारित करताना म्हणतात, 'भूतदया ही सुद्धा श्रेष्ठ दर्जाची वर्तणूक आहे. गायी, इतर पशू आणि वन्यजीव यांच्या प्रति स्नेहभाव आणि पालनकर्ता भाव बाळगला पाहिजे. तहानलेल्या पशूंना पाणी पाजणे, हे पुण्यप्राप्तीचे कारण आहे. म्हणून माणसाने कर्तव्य बुद्धीने पशूंचे पालन करणे आवश्यक आहे.' या वर्तणुकीच्या संदर्भात महाराज म्हणतात, व्यक्तीने शांत मनोवृत्तीने ही कर्तव्ये बजावली पाहिजेत. वाईट वर्तणुकीस तिलांजली दिली पाहिजे. यालाच भूतदया अर्थात

पशूंबाबत दयाभाव असणे म्हणतात. पशू हे दयेचे अधिकारीही असतात. त्यांच्या प्रति व्यक्तींच्या मनात हिंसक भाव असता कामा नये. पशूला मारहाण करणे, ताडन करणे इत्यादी कृत्ये अशांत मनाचे परिणाम असतात. त्यांच्या प्रति प्रेमभाव मनःशांती निर्माण करणारा असतो. अशाप्रकारे कर्तव्यदक्ष जीवन व्यतीत करणे गृहस्थाश्रमात अपेक्षित आहे. स्वतःच्या वाडवडिलांचा गौरव, नावलौकिक वाढविणारी वर्तणूक हेच यशस्वी गृहस्थाश्रम पालनाचे रहस्यही आहे. अशा प्रकारच्या शुद्धाचरणामुळे व्यक्तीला अखंड बळ प्राप्त होते, मनःशांती प्राप्त होते, चित्ताची प्रसन्नता प्राप्त होते, मोक्ष प्राप्त होतो, जे मानवी जीवनातील अंतिम ध्येय आहे. ती मुक्ती प्राप्त होते. महाराज 'परमपद बळ वैराग्याचे' अशा शब्दात फलश्रुती व्यक्त करतात. शेवटच्या अभंगातील शब्द 'वैराग्य' असा आहे. अभंगाच्या पहिल्या चरणात 'उदास विचारे वेच करी' असा उदासीनता दर्शक शब्दप्रयोग आलेला आहे. हा शब्दप्रयोग वैराग्याशी संबंधित असून वैराग्याचा निदर्शकही आहे. म्हणून धनसंचयाकडे वैराग्य दृष्टीने पाहणे, परमपदप्राप्तीच्या उद्दिष्टाच्या संदर्भात अत्यंत आवश्यकही आहे, तसेच अतिमहत्त्वपूर्णही आहे.

☆☆☆

१७

जेथें जातों तेथें तूं माझा सांगाती । चालविसी हातीं धरुनियां ॥
चालों वाटे आम्हीं तुझाचि आधार । चालविसी भार सवें माझा ॥
बोलों जातां बरळ करिसी तें नीट । नेली लाज धीट केलों देवा ॥
अवघें जन मज झाले लोकपाळ । सोईरे सकळ प्राणसखे ॥
तुका म्हणे आतां खेळतो कौतुकें । जाले तुझें सुख अंतर्बाह्य ॥

जगद्गुरू संत तुकारामांच्या सुप्रसिद्ध अभंगांपैकी हा एक आहे. हा अभंग गेय असून, जनसामान्यांच्या ओठांवर आहे. नामांकित गायकांनी हा अभंग सुस्वरात कर्ण मधुर आवाजात प्रभावीरीत्या आळविला आहे.

प्रस्तुत अभंगात परमेश्वराचे सर्वव्यापकत्व वर्णन केले आहे. दिवसाचे २४ तास अष्टोप्रहर सदैव आमच्यासोबत परमेश्वर संगत करीत असतो. कुठेही जा, नित्य, प्रतिक्षण तो आमच्यासोबत आहे, हा भाव अतिशय सुंदर शब्दांत महाराज व्यक्त करतात. परमात्म्याची करंगळी धरूनच भक्त चालत असतो. नव्हे, परमेश्वर स्वतःच मानवाचा हात धरून त्याला चालवीत असतो, हा दृढ विश्वास महाराज अभंगाच्या पहिल्या चरणात व्यक्त करतात. हा विश्वास हाच जीवाची फार मोठी शक्ती आहे. तो सोबती आहे, जीवनाच्या वाटचालीतील सहप्रवासी आहे, हा आत्मविश्वास परमेश्वराच्या चिरंतन अस्तित्वाचा बोध करणारा आहे, असा फार सखोल अर्थ या चरणात ओतप्रोत भरलेला आहे. परमेश्वर सर्वत्र विद्यमान असून, तोच सर्वांच्या जीवनाचा सूत्रधार आहे, मार्गदर्शक आहे, आधार आहे. या विश्वासामुळे जीवनाची वाटचाल निर्धोक होते, सुकर होते. जीवनाच्या प्रवासात परमेश्वराने आपला हात धरणे, यापेक्षा दुसरे महद्भाग्य कोणते असू शकते? 'ईश्वर चालवितो', ही श्रद्धाच मानवासाठी अत्यंत गौरवाची बाब आहे. याचा भावार्थ असाही आहे की, तो जगन्नियंता हा कर्ता असून, मानव केवळ त्याच्या इच्छेनुसार

पावले टाकीत असतो, हेही मानले पाहिजे.

हृदयस्थ परमेश्वर प्रत्येकाचा सांगाती आहे, येथपर्यंत ठीक आहे. 'हात धरून परमात्मा चालवतो', ही बाब परमेश्वराची कृपा म्हटली पाहिजे. ज्याचा हात परमेश्वर धरतो, त्याच्यावर परमेश्वराच्या कृपेचा वर्षाव झाला आहे, असेच मानले पाहिजे. भक्तांचा हात परमेश्वर धरतो, कारण परमात्मा भक्तवत्सल आहे, भक्ताधीनही आहे. परमात्म्याला सर्वाधिक त्याचा भक्त प्रिय असतो, हा भावही या ठिकाणी नमूद केला असता हे त्या परम पित्याचे गुणगानच होय, अशी माझी समजूत आहे.

अभंगाच्या संदर्भात नेमका अर्थ महाराज वर्णन करतात. चालताना आधार परमेश्वराचाच आहे, हा महाराजांचा अनुभव आहे. 'चालविसी भार सवें माझा' या शब्दांतून महाराज परमेश्वरच त्यांच्या संसाराचा भारही वहन करतो, हा भक्तिभाव व्यक्त करतात. तिसऱ्या चरणात आमचे असंबंध्द बोलणे असो किंवा बडबड असो, त्याला परमपिता व्यवस्थित आणि सुसंगत करून घेतो. कारण ती भक्ताची बडबड आहे, भक्ताचे बरळणे आहे. परमेश्वर भक्ताचा भोळेपणा दूर करतो. धीट करून शहाणपणाही देत असतो. हे परमेश्वराचे महान उपकारच आहेत. एवढेच नाहीत तर त्याच्या कृपेने सर्व देव, लोकपाल हे सुध्दा सोयरे झाले आहेत, जिवलग मित्र झाले आहेत हे परमेश्वराच्या असीम कृपेचे फळच आहे. हे फळ आनंददायक तसेच सुखकारकही आहे. महाराज चौथ्या चरणात परमेश्वराप्रति कृतज्ञता भाव व्यक्त करताना त्याच्या आधारामुळेच खेळतो आहे, आनंदाने बागडतो आहे, असे सांगतात. याचे कारण अर्थातच परमात्म्याची अंतर्बाह्य सुखानुभूतीच होय. या शब्दांत परमेश्वराची स्तुती, आनंदविभोर होऊन करतात. मनाच्या या अलौकिक अवस्थेचे वर्णन महाराज *'खेळतो कौतुके । झालें तुझें सुखें अंतर्बाह्य,'* या शब्दांत करतात.

☆☆☆

१८

पाषाण देव पाषाण पायरी । पूजा एकावरी पाय ठेवी ॥
सार तो भाव सार तो भाव । अनुभवी देव तेचि झाले ॥
उदकाभिन्न पालट काई । गंगा गोड येरां चवी काय नाही ॥
तुका म्हणे हे भाविकांचे वर्म । येरे धर्मा धर्म विचारावे ॥

देवाची मूर्ती बहुधा पाषाणाची असते. पुरातन काळातील बहुतेक सर्व मूर्ती काळ्या पाषाणाच्याच आहेत. आधुनिक काळातील मंदिरात संगमरवरी दगडाच्या पांढऱ्याशुभ्र मूर्तींची स्थापना केलेली आहे. संगमरवर असो की काळा दगड असो, दोन्ही पाषाणच आहेत. दगडाचा देवही असतो, दगडाची पायरीही असते. मूर्तीरूपी दगडाचे स्थान मंदिराच्या गाभाऱ्यात तर, पायरीचा दगड देवाच्या मंदिराच्या प्रवेशद्वारात. दोन्ही दगड असताना एकाची पूजा केली जाते, त्याच्या पायावर डोके ठेवले जाते. षोडशोपचारे उपासना केली जाते. तर पायरीचा दगड पायदळी तुडविला जातो. असे का?

महाराज अभंगाच्या दुसऱ्या चरणात उत्तर देतात, 'भाव तेथे देव' हे त्यांचे उत्तर आहे. पाषाणाला टाकीचे घाव घालून पाषाणातून मूर्ती घडविली जाते. टाकीचे घाव सोसल्याशिवाय पाषाणाला देवपण प्राप्त होत नाही. प्रकट झालेल्या मूर्तींची विधिवत प्राणप्रतिष्ठा केली जाते. मंत्रोच्चार अभिषेकादी संस्काराद्वारे देवाची मूर्ती गाभाऱ्यात विराजमान होते. दैनंदिन पूजाअर्चा आणि भाविकांद्वारे सुमनांचे अर्पण, प्रसादरूपी नैवेद्य असे सर्व सोपस्कार केले जातात. भाविक भक्तांच्या भावभावनांचा वर्षाव सतत मूर्तीवर होत असतो. परिणामतः, मूळ पाषाण असलेल्या दगडाला उत्तरोत्तर दैवत्व प्राप्त होत जाते. मूर्तींची प्रतिष्ठा वृद्धिंगत होत जाते. भक्ताच्या श्रद्धेचे सिंचन सातत्याने मूर्तीवर होत राहते. ज्यायोगे मूर्तीतील प्रभाव दिवसेंदिवस उजळत जातो, दिव्यत्वही वाढत जाते, ही अनुभवाची बाब आहे. श्रद्धेची बाब आहे. मूर्तीतील दैवत्वाचा भाव साक्षात्कार संतांना

होत असतो. नित्य नियमाने मूर्तीचे दर्शन, सेवाकार्य, अतूट श्रद्धा, अनन्यभाव आणि मूर्तीच्या चरणी संपूर्ण शरणभाव याचा परिणाम म्हणून संतसज्जनांच्या व्यक्तिमत्त्वातही दैवत्व उतरते. नव्हे, संतही देवरूपच होतात, असे महाराज येथे निरूपण करतात. महाराज आणखी एका दुसऱ्या अभंगात *'संत तेचि देव । देव तेचि संत'* असे संतांचे वर्णन करतात. संत तुकाराम महाराजांची श्रद्धा, संतांच्या पायांवर सातत्याने लोळण घेते. महाराजांची पांडुरंगावर जेवढी श्रद्धा आहे, तेवढीच किंबहुना काकणभर अधिकच श्रद्धा संतसज्जनांवर आहे. त्यांच्या अनेक अभंगांतून संतसंगतीचे, संतमहात्म्याचे वर्णन पदोपदी आले आहे. संतांनी मानवमात्रात भक्तीचे रोपण केले. भावजलाचे सिंचन केले. भक्ताच्या भावनांचे साकार रूप म्हणजे पाषाणरूपी देवाची मूर्ती होय. देवाला देवत्व भक्ताच्या भावामुळेच प्राप्त होते. सामान्य जनांना भक्तिमार्गावर आणण्याचे कार्य संत करीत असतात. यासाठीच संत वैकुंठातून पृथ्वीतलावर आगमन करीत असतात, असे महाराज एका अभंगात म्हणतात. भजन कीर्तनादी परमेश्वराच्या सेवेत दंग होऊन नाचू, गाऊ लागतात आणि तल्लीन होऊन परमात्म्याशी संत तद्रूप होतात. म्हणून संतांच्या व्यक्तिमत्त्वातही देवत्वाचा अनुभव श्रद्धावान भक्तांना नित्य होत असतो. श्रद्धावान व्यक्तीत आस्तिक भाव असतो. हे निर्माण करण्याचे परमेश्वरी कार्य संत करतात, म्हणून संतांनाही देवत्व प्राप्त होते.

उपरोक्त अनुभव, श्रद्धेशिवाय येऊ शकत नाही. नास्तिकाला पाषाणातील मूर्ती आणि पायरीचा दगड सारखाच वाटतो. कारण नास्तिकांच्या ठायी भावाचा अभाव असतो. तिसऱ्या चरणात महाराज पाण्याचे उदाहरण देतात. पृथ्वीवरील सर्व पाणी हे पाणीच असते; मग ते नाल्यातील असो किंवा गंगेतील असो. गंगेतील पाणी गोड असते आणि ओढ्यातील पाणी कडवट असते काय? पाण्यात भिन्नता कसली? परंतु, गंगेविषयीचा अंत:करणातील भाव गंगेच्या पाण्याला पावित्र्य आणतो. म्हणून भाव महत्त्वाचा आहे. गंगेच्या पाण्याला तीर्थाचे महत्त्व प्राप्त होते. त्याचप्रमाणे स्थानमाहात्म्याचेही आहे. रामेश्वर असो, केदारनाथ असो किंवा अजून कोणतेही स्थान असो, गावासारखेच गाव असते, मंदिरासारखेच दगडाचे मंदिर असते. मूर्ती ही पाषाणाचीच असते. गावातील महादेवाची पिंडी आणि काशी विश्वनाथाचे शिवलिंग दोन्ही पाषाणाचेच असूनही श्रद्धावानांच्या दृष्टीने दोन्हीचे स्थानमाहात्म्य भिन्न आहे. महातीर्थाचा संबंध व्यक्तींची ऐतिहासिक, पौराणिक भावना, स्थानमाहात्म्याशी निगडित असते. यासाठीच जीवनाचा आटापिटा करून, जोखीम पत्करूनही भाविक, श्रद्धाळू केदारनाथला जाण्याचे साहस करतातच ना? हिमालयातील कैलास पर्वत आणि महाराष्ट्रातील बालाघाट पर्वत यात वनराई, जंगले आदींच्या बाबतीत काय भिन्नता आहे. बर्फाच्छादित कैलास पर्वत आहे, पण आहे तर पाषाणाचाच ना? आकाराने भव्य आणि उंचीने विशाल एवढाच फरक

आहे ना? मग कैलासाचे महत्त्व कशात आहे? शिवाचे वास्तव्य कैलास पर्वतावर आहे, ही श्रद्धा आणि हजारो वर्षांपासून साधुसंतांनी दिलेल्या भेटीत त्या ठिकाणी केलेली अनुष्ठाने, जप, तप आदीमुळे निर्माण झालेले माहात्म्य, याचेही महत्त्व आहे. यामुळेच श्रद्धाळूंना या स्थानांना भेट देण्याची तळमळ असते. मानस सरोवराचेही असेच उदाहरण देता येईल. त्यातील पाणी आणि एखाद्या गावातील तळ्याचे पाणी यात काय भेद ? परंतु, श्रद्धा, भाव-भावना, आस्तिक भाव आणि पौराणिक, धार्मिक, ऐतिहासिक महत्त्व यांनाही मानवी जीवनात फार महत्त्व आहे. हे जाणून घेणे आवश्यक आहे. अभंगाच्या शेवटच्या चरणात महाराज भाविक भक्तांच्या भावनेच्या वर्मावर प्रकाश टाकतात. त्याचप्रमाणे मूर्तीत देव नाही, असे मानणाऱ्या तार्किकांना, ज्यांना उपासनेचे महत्त्व माहिती नाही अशा नास्तिकांना, हे वर्म कळूच शकत नाही. केवळ वितंडवाद करणे, मीमांसा करणे, धार्मिक वादावादीत शक्ती खर्च करणे एवढेच त्यांना कळते, असेही महाराज म्हणतात.

श्रद्धावानांना सुखाची अनुभूती, आनंदाची प्राप्ती होत असते, असे प्रतिपादन श्रीमद्‌भगवद्गीता करते. श्रद्धावानांना लौकिक, पारलौकिक समाधानांनी शांतीची प्राप्ती होते. तर, गीता एका श्लोकात *'संशयात्मा विनश्यति,'* असे प्रतिपादन करते. जिथे श्रद्धा आहे तिथे तर्काला स्थान नाही, हेच उपासनेचे रहस्य होय.

☆ ☆ ☆

१९

जन्मा येऊनि काय केले । तुवां मुद्दल बुडविले ॥
का रे न फिरसी माघारा । अझुनि तरी फजितखोरा ॥
केली गांठोळीची नासी । पुढे भिकचि मागसी ॥
तुका म्हणे ठाया । जाई आपल्या आलिया ॥

मानवजन्म अतिदुर्लभ आहे, अशी शास्त्राची मान्यता आहे. हिंदू धर्मातील विचारानुसार, जीव हा त्याच्या कर्मानुसार चौऱ्याऐंशी लक्ष योनींमध्ये फिरत असतो. त्याच्या संचित पुण्यामुळे त्याला मानवजन्म प्राप्त होतो, असेही मानले जाते. मानवयोनी ही भोगयोनी आणि कर्मयोनीही आहे. इतर सर्व योनी केवळ भोगयोनीच आहेत. मानव या बाबतीत सर्व जीवमात्रांपेक्षा भिन्न आहे. त्याला जीवनात भोग भोगत असताना कर्म करण्याचेही स्वातंत्र्य आहे. मानव जर केवळ भोग भोगण्यात लीन राहिला तर, त्याच्या आणि इतर पशू योनींत काहीच फरक उरणार नाही. मानवयोनी कर्म प्रधान असल्यामुळे कर्म करू शकतो. कर्म दोन प्रकारचे असते - सत्कर्म आणि दुष्कर्म. कर्माचे स्वातंत्र्य असल्यामुळे मानवाचा कल दोन्ही प्रकारच्या कर्माकडे असू शकतो. त्याच्यातील त्रिगुणात्मक प्रकृतीद्वारे अर्थात सत्त्व, रज, तम यावर त्याची कर्मप्रवृत्ती निश्चित होत असते. सत्कर्माची परिणिती पुण्यसंचयात होत असते. तर दुष्कर्माचा परिणाम पापसंचयात होतो. ज्याचा संचय अधिक झाला, त्यानुसार पुनर्जन्म प्राप्त होतो. सत्कर्मामुळे पुण्यसंचय आणि पुण्यसंचयामुळे मनुष्य योनीतील उत्तरोत्तर उन्नत अवस्थेत पुनर्जन्म होतो. या उलट पापसंचयनामुळे उत्तरोत्तर निम्न योनीत पुनर्जन्म होतो, अशी धारणा हिंदू धर्मात आहे. यासाठी प्राप्त अतिदुर्लभ मनुष्यजन्माचा सदुपयोग करून, जीवनात सत्कर्मे करून मानव जीवन सार्थक केले पाहिजे. हेच सांगण्यासाठी महापुरुष संत महात्मे या धर्तीवर पदार्पण करीत असतात.

जगद्‌गुरू संत तुकाराम महाराज प्रस्तुत अभंगाच्या पहिल्या चरणाच्या आरंभी प्रश्न विचारतात, *'जन्मा येऊनी काय केले?'*

हा प्रश्न एखाद्या विशिष्ट व्यक्तीसाठी नसून, हा समस्त मानवप्राण्यासाठी आहे. प्रत्येक व्यक्तीने हा प्रश्न स्वतःला विचारला पाहिजे, उत्तर शोधले पाहिजे. आपण येथे कशासाठी आलो? आपल्या जीवनाचे ध्येय काय आहे? आपली वाटचाल कोणत्या मार्गावर आहे? तो मार्ग योग्य का अयोग्य? तसेच, योग्य मार्गाचे मार्गदर्शन कसे प्राप्त होईल? असे अनेक प्रश्न या अनुषंगाने स्वतःच्या अंतरात्म्यास विचारले पाहिजेत. त्याचप्रमाणे जीवनाची वाटचाल करीत असताना *'जन्मा येऊनी काय केले'* हा प्रश्न अधून मधून मनाला विचारीत जीवनाच्या प्रत्येक टप्प्यावर जीवनाचे मूल्यमापन केले पाहिजे. तसेच स्वतःच्या जीवनाचे सिंहावलोकनही केले पाहिजे. ज्यायोगे पथभ्रष्ट असल्यास योग्य मार्गाने जीवन मार्गक्रमण करण्याची सुसंधी प्राप्त होऊन, जीवनात क्रांती घडून येऊ शकते.

महाराज आरंभी प्रश्न विचारल्यानंतर चरणाच्या दुसऱ्या भागात *'तुवा मुद्दल गमाविले'* असा अभिप्राय देतात. मनुष्यजीवन परमेश्वराने मानवाला बहाल केलेले अमूल्य मुद्दल किंवा भांडवल आहे. या भांडवलाचा योग्य विनिमय अर्थात सदूपयोग करणे अपेक्षित आहे. परंतु, सर्वसाधारणपणे मानव हे भांडवल व्यर्थ खर्चून टाकतो. ज्या कार्यासाठी परमेश्वराने दिले आहे, त्यासाठी न गुंतविता निरर्थक कार्यात खर्च करतो. भांडवलाची किंवा मुद्दलाची पेरणी करून नफ्याचे पीक मिळवण्याऐवजी भांडवलच अयोग्य पद्धतीने जिरवून टाकतो. अशा दिवाळीखोर व्यक्तींना महाराज उपदेश करताना, *'का रे न फिरसी माघारा । अझुनि तरी फजितखोरा ।।'* असा प्रश्न दुसऱ्या चरणाच्या प्रारंभी विचारतात.

ज्या व्यक्तींनी मानवी जीवनातील सुवर्णसंधीचा दुरुपयोग केलेला आहे. त्याची संभावना महाराज 'फजितखोरा' या शब्दात करतात. अशा व्यक्तीची महाराज एक प्रकारे निर्भत्सनाच करतात. जीवनात येऊन काही कमावण्याऐवजी, गमावणाऱ्या व्यक्तीस लाजही कशी वाटत नाही. स्वतःच्या चुकीच्या वागण्याचा अपराध बोध कसा होत नाही, अशी व्यक्ती निर्लज्जच म्हटली पाहिजे, असेही महाराजांनी म्हटले आहे. उच्च ध्येयाकडे मार्गक्रमण न करता, परमार्थाकडे पावले न वळविता संसाराविषयी वासनेच्या, भोगाच्या दलदलीत तो दिवसेंदिवस फसत चालला आहे. त्याला अजून कसे माघारी फिरावे असे वाटत नाही? असा प्रश्न संबंधित व्यक्तीला विचारत असतानाच त्याला हलवून जागे करण्याचा महाराज प्रयत्न करतात. चुकीच्या मार्गावरून मागे फिरण्याचा सल्ला देतात. आता तरी स्वतःला सावर, प्रपंचात आसक्त होऊ नकोस, जीवनाचे उद्दिष्ट काय आहे, हे जाणून घे.

तिसऱ्या चरणात महाराज म्हणतात, *'केली गाठोळीची नासी'*, गाठोळी याचा अर्थ

मानवदेहरूपी मुद्दल किंवा धनाचे गाठोडे. मनुष्य देहरूपी प्राप्तधनाचा नाश झाला असता 'पुढे भिकचि मागसी' पुढे याचा अर्थ भावी, पुनर्जन्मानंतर मनुष्य जन्म मिळेल याची खात्री नाही. पुढे प्राप्त होणाऱ्या योनीमध्ये कंगाल होशील, भिकेला लागशील, असा सावधानतेचा इशाराही महाराज देतात.

शेवटच्या चरणात महाराज अत्यंत अमूल्य उपदेश करताना म्हणतात, *'तुका म्हणे ठाया । जाई आपुल्या आलिया ।।'* याचा अर्थ मानवाने हे वेळीच जाणले पाहिजे की, तो कोठून आला आहे, त्या स्थानाप्रति परत जाणे, हेच त्याच्या जीवनाचे ध्येय असले पाहिजे. जोपर्यंत संसाराचे पाश, प्रपंचाच्या बंधनात जीव बंदिस्त आहे, परमार्थाकडे वळत नाही, तोपर्यंत त्याला जन्ममृत्यूच्या फेऱ्यातून मुक्ती नाही. ही मुक्ती प्राप्तीची अभिलाषा असेल तर प्रभूच्या चरणाची आशा करणे, हेच मानवी जीवनातील उच्चतम ध्येय आहे. अनेक प्रकारच्या कष्टप्रद योनींमध्ये *'पुनरपि जननं, पुनरपि मरणं'* अशी भटकंती टाळावयाची असेल, मोक्षप्राप्ती हवी असेल तर वेळीच सावध होणे, मनुष्याच्या जीवनाचे सार्थक करणाऱ्याच्या मार्गावर मार्गस्थ होणे, हेच श्रेयस्कर आहे.

☆☆☆

२०

आतां बरे झाले । माझे मज कळो आले ॥
खोटा ऐसा संसार । मज पायी द्यावा थार ॥
उघडल्या डोळे । भोग देता कळी कळे ॥
तुका म्हणे जीवा । होता तडामोडी देवा ॥

संसाराचा फोलपणा मानवाला कळला म्हणजे त्याची वाटचाल परमार्थाकडे होते, असे महाराज प्रस्तुत अभंगात म्हणतात. *'माझे मज कळो आले'* या शब्दांत, अज्ञान दूर होऊन तसेच संसारासंबंधीचा मोह दूर झाला, हे आता बरे झाले, या उद्‌गाराद्वारे महाराज या अभंगात निरूपण करतात. प्रस्तुत अभंग समजण्यास सोपा आहे. पण प्रश्न असा आहे की, व्यक्तीला त्याचे उत्तर कशात आहे हे कसे कळेल? *'माझे मज कळों आले'* असे जरी वर्णन असले तरी व्यक्तीला आपोआप ज्ञान प्राप्त होते काय? अथवा कोण्या साधुसंतांनी अथवा अधिकारी व्यक्तीने समुपदेशनाद्वारे व्यक्तीचे अज्ञान दूर केल्यामुळे कळते हा प्रश्न उपस्थित होतो. पण महाराजांनी याचेही उत्तर अभंगाच्या तिसऱ्या आणि चौथ्या चरणात दिलेले आहे.

संसार खोटा आहे, हे व्यक्तीला जाणल्यावर त्याची देवाकडे काय मागणी असू शकेल? येथे महाराज म्हणतात, *'मज पायी द्यावा थार,'* अर्थात देवाच्या पायाजवळ आश्रय मिळावा, अशी मागणी केली पाहिजे. देवाच्या पायाजवळ जागा प्राप्त होण्यासाठी देवाचीच कृपा व्हावी लागते. संतांचे मार्गदर्शनही मिळावे लागते. परंतु, प्रस्तुत अभंगात महाराज जेव्हा 'माझे मज कळो आले' असे म्हणतात तेव्हा त्याचा अर्थ संबंधित व्यक्तीचे ज्ञानचक्षू उघडले, असा आहे. माणसाचे डोळे केव्हा उघडतात? जेव्हा संसारातील तापाचे चटके असह्य होतात तेव्हा. संसारातील कष्ट आणि दुःख जेव्हा परिसीमा ओलांडतात तेव्हा. माणसाला जेव्हा संकटे येतात, पीडा होते तेव्हा तेव्हा

त्यांनी समजून घेतले पाहिजे की, त्याचे काहीतरी चुकले आहे. त्या चुकीचा परिणाम म्हणून दुःखदायक भोग भोगावे लागतात. अशा परिस्थितीत माणसाला देव आठवतो. देवाचे पाय दिसतात. देवाला शरण जावे असे वाटते. दुःखाचा सहन न होणारा भार, कष्टदायक ओझे देवाच्या खांद्यावर सोपवावे, अशी आंतरिक भावना निर्माण होते. अशा मनस्थितीत पीडिताच्या मुखातून उद्गार निघतात, *'खुंटले सायास आणिक या जीवा । धरीले केशवा पाय तुझे'* यापुढे जाऊन पीडाग्रस्त व्यक्ती देवाजवळ याचना करताना म्हणते, *'तुज वाटे आता ते करी अनंता,'* जीवाची संपूर्ण हतबलता झाली असता, संसारातील तापामुळे सैरभैर झालेला असताना तसेच संसारात संपूर्ण हानी झाली असताना, त्याला जाणीव होते आणि शहाणपण येते, स्थान प्राप्त होते. देवाच्या चरणी तो लोटांगण घालतो आणि महाराजांनी दुसऱ्या एका अभंगात म्हटल्याप्रमाणे जीवाच्या तोंडातून उद्गार निघतो - *'घालुनिया भार राहिलो निश्चिंती'* म्हणजे परमेश्वर हाच जीवाचे शेवटचे आश्रयस्थान आहे, विश्वासाचे ठिकाण आहे, चिंता निवारण होण्याचे आशास्थानही आहे आणि विश्राम, विसावा प्राप्तीचे माहेरघरही आहे.

☆☆☆

२१

काय काशी करिती गंगा । भीतरिं चांगा नाहीं तो ॥
अधणीं कुचर बाहेर तैसा । नये रसा पाकासि ॥
काय टिळे करिती माळा । भाव खळा नाहीं त्या ॥
तुका म्हणे प्रेमें विण । अवघा शीण बोले भुंके ॥

जगद्गुरू संत तुकाराम महाराजांनी समाजातील वैगुण्यावर सडकून टीका केली आहे. समाजातील अनिष्ट प्रवृत्तींवर कडाडून आघात केले आहेत. यामुळे त्यांचे वर्णन 'विद्रोही तुकाराम' असे काही मान्यवर करतात. परंतु, 'क्रांतिकारक तुकाराम' असे त्यांचे सार्थ वर्णन केले पाहिजे. त्यांचे अनेक अभंग या प्रकारचे आहेत. त्यापैकी प्रातिनिधिक स्वरूपात काही अभंगांचे विवेचन करण्याचा प्रयत्न आहे.

प्रस्तुत अभंगात महाराजांनी आंतरिक शुद्धतेला महत्त्व दिले आहे. अंतःकरण पवित्र असेल, मन विकाररहित असेल तर, तेच उपयोगाचे आहे. काशी हे तीर्थक्षेत्र आहे. गंगा नदीचे जल पवित्र आणि पापनाशक आहे, अशी श्रद्धा आहे. काशीयात्रा करणे किंवा इतर रामेश्वरादि क्षेत्राला जाणे केवळ औपचारिक परिश्रम आहेत. 'मन चंगा' अर्थात मन चांगले नसताना तीर्थाटन आणि गंगास्नानाने काय होणार? बाह्य शरीराचे स्नान हजार वेळा केले; गंगेत 'हर हर गंगे' म्हणत डुबक्या मारल्या तर, शरीराचा मळ दूर होईल परंतु, मनाची मलिनता? अशी एक म्हण आहे की, *'मन चंगा तो कठौती में गंगा'* म्हणजे मन चंगा असेल तर कोणतेही पाणी गंगाजलासारखेच असते. हा भाव यातून व्यक्त होतो. यासाठी मानवाने प्रथम अंतःकरण शुद्धी केली पाहिजे. तेव्हाच खऱ्या अर्थाने गंगास्नानाचे आणि काशीयात्रेचे पुण्य प्राप्त होऊ शकते, अन्यथा नाही.

दुसऱ्या चरणात महाराज यासाठी सुंदर दृष्टांत देतात. धान्यात काही कुचर दाणे असतात. जे कठीण आणि बेचव असतात. बाह्यतः त्यांचे स्वरूप सामान्य असे

असते. परंतु, अशा दाण्यांना आधणात अर्थात उकळत्या पाण्यात उकळले असता, ते शिजलेही जात नाहीत आणि त्यांना चवही प्राप्त होत नाही. अंतःर्बाह्य दोन्ही दृष्टींनी दाणे कुचरच राहतात. त्याचप्रमाणे कितीही पवित्र नद्यांच्या स्नानाची आवर्तने केली असता, अंतःर्बाह्य पवित्रता प्राप्त होऊ शकत नाही. केवळ गंगास्नान केल्याचे औपचारिक कृत्य, यापेक्षा त्याला महत्त्व नाही.

तिसऱ्या चरणात महाराज दांभिक लोकांविषयी विवेचन करतात. *'काय टिळे करीती माळा'* अशा परखड शब्दांत प्रश्न विचारतात. अशा लोकांच्या चित्तात देवाप्रति भावाचा लवलेशही नसेल, तर कपाळावर गंधाचे टिळे लावणे आणि गळ्यात विविध प्रकारच्या माळा धारण करून काय उपयोग आहे. परमात्म्याप्रती भक्तिभाव हा महत्त्वाचा आहे. मुळात भावच नसेल तर बाकी सर्व बाह्य उपचार, तसेच कर्मकांड हे केवळ सोंगच म्हटले पाहिजे. बाहेरील रंगरंगोटीचा काहीच उपयोग नाही. ही सर्व बाह्य साधने ढोंगी लोकांचे अलंकार आहेत. याद्वारे अशी मंडळी जगाची, समाजाची फसवणूक करतात. त्याचप्रमाणे स्वतःचीही फसवणूक करीत असतात.

महाराजांनी अनेक अभंगातून या दांभिकतेवर टीकेचे प्रखर आसूड ओढले आहेत. समाजात कर्मकांडाकडे अधिक लक्ष देण्याची प्रवृत्ती का आहे? याचाही विचारही अप्रस्तुत होणार नाही. जगातील बहुतेक सर्व धर्मसंप्रदायात कर्मकांडावर भर देण्याची वृत्ती आढळते. त्यांचा संबंधित तत्त्वज्ञानाची अंमलबजावणी करून आचरणाची शुद्धी प्राप्त करण्याकडे कल नसतो. कर्मकांड केले की धर्मकृत्याचे पालन केले, अथवा संप्रदायाचा अवलंब झाला असे मानतात. याचे कारण असे आहे की, कर्मकांड करणे तुलनात्मक सोपे असून धार्मिक तत्त्वज्ञानाचे जीवनात आकलन आणि अनुसरण करणे कठीण आहे. यासाठी समाजातील बहुतांश लोकांचा कल सोपा मार्ग निवडण्याकडे असतो. स्वतःचे आचरण शुद्ध करावे, धार्मिक तत्त्वांची अंमलबजावणी, या महत्त्वपूर्ण बाबींकडे दुर्लक्ष असते. ही परिस्थिती जगातील सर्वच धर्मावलंबी समाजांत आढळते. ही सार्वत्रिक कर्मकांडाप्रति भावना आढळते. वस्तुतः आचरण महत्त्वाचे असून, औपचारिक कृत्ये केवळ बाह्य स्वरूपाची म्हटली पाहिजे.

महाराज अभंगाच्या तिसऱ्या चरणात अशी सोंगे मिरविणाऱ्यांची संभावना 'खल' अर्थात दुष्ट प्रवृत्तीचे लोक अशी करतात. अलीकडील काळातील भारतीय समाजात बुवाबाजी करणारे बाबा लोक पदोपदी आढळतात. अंगावर भस्म, कपाळावर टिळे आणि गळ्यात तऱ्हेतऱ्हेच्या माळा घालून आवडंबर माजविणाऱ्यांची संख्या काही कमी नाही. यांच्या सोंगाढोंगाला अशिक्षित तसेच सुशिक्षितही भुलतात आणि नादी लागतात, अशांपासून सावध राहिले पाहिजे.

महाराज शेवटच्या चरणात अशा दुष्ट-दुर्जनांच्याप्रति म्हणतात, यांच्या ठायी प्रभू

प्रेमही नसते, ईश्वरभक्ती ही नसते. यांची प्रवचने केवळ शाब्दिक बडबड असते. जी त्यांच्या कंठातून बाहेर पडत असते. अंतःकरणातून परमात्म्याचे गुणगान तीळमात्रही नसते. त्यांची वटवट, त्यांनी बेंबीच्या देठापासून केलेली आध्यात्मिक प्रवचने- अंतःकरणातून नसल्यामुळे ती केवळ कुत्र्याच्या भुंकण्यासारखी असतात. त्यांच्या बोलण्याला प्रेमाचा ओलावा नाही, ईश्वराप्रति प्रीतिभाव नाही, बोलण्याला स्वतःच्या आचरणाची जोड नाही, भक्तीचा ओलावा नाही, परमेश्वराप्रति कृतज्ञता भावही नाही. केवळ शब्दच्छल आहे, शाब्दिक कसरत आहे, यामुळे अशा प्रवचनकर्त्यांच्या सर्व क्रिया केवळ शारीरिक श्रमापलीकडे काहीच नसते. प्रभूप्राप्तीची, हरिप्रेमाची तळमळ जी आंतरिक भावनेतून नसते, त्या व्यक्तीचे श्रम व्यर्थ आहेत. हरीप्रेमातून हरीभेटीची ओढ ज्या प्रवचनातून खऱ्या अर्थाने प्रकट होत नाही, त्या प्रवचनकर्त्याचे श्रम निरर्थक आहेत, अशा प्रखर शब्दात महाराज निरूपण करतात.

☆☆☆

२२

माझिया जातीचे मज भेटो कोणी । आवडीची धणी फेडावया ॥
आवडे ज्या हरी अंतरापासोनि । ऐसियांचे मनी आर्त माझे ॥
तयालागी जीव होतो कासावीस । पाहतील वास नयन हे ॥
सुफळ हा जन्म होईल तेथून । देता आलिंगन वैष्णवांसी ॥
तुका म्हणे तोचि सुदिन सोहळा । गाऊ या गोपाळा धणीवरी ॥

मनुष्याला आपल्या स्वभावानुरूप, विचारानुरूप आणि सवयीनुरूप असलेल्या व्यक्तीची आवड असते. सारख्या सवयींमुळे आणि विचारांतील साम्यामुळे दोन व्यक्ती जवळ येतात. त्यांच्यात मैत्री जुळते. सख्य निर्माण होते. प्रस्तुत अभंगात महाराज त्यांच्या जातीच्या व्यक्तीची भेट व्हावी, अशी इच्छा व्यक्त करतात. जात याचा अर्थ हरिभक्ती करणाऱ्या व्यक्ती. हरिभक्तीत भक्तीचा समान धागा असतो. त्यामुळे हरिभक्तांचे आपापसांत सूर जुळतात.

अशा व्यक्तीची प्रतीक्षा महाराज करतात, ज्याच्या अंतःकरणात हरिभक्ती ओसंडून वाहत आहे, अशा पांडुरंगप्रेमी व्यक्तीच्या भेटीची आस लागून राहिली आहे. *'तया लागी जीव होतो कासावीस'* या शब्दात मनोभावना व्यक्त झालेली आहे. पांडुरंग भक्त हा वैष्णव आहे. त्याचे डोळे अशा वैष्णवांच्या भेटीकडे लागून आहेत. भेटीसाठी जीव तळमळत आहे. या शब्दांत भेटीची उत्कट इच्छा, या अभंगात व्यक्त झाली आहे. संत नरसी मेहता त्यांच्या एका भजनात म्हणतात, *'वैष्णव जन तो तेने कहिये, जे पीड़ पराई जाने रे'* अर्थात दुसऱ्याचे दुःख जाणणारी किंबहुना इतरांचे दुःख हे स्वतःचे दुःख मानणारी व्यक्ती वैष्णव असते. असा कोणी वैष्णव भेटावा, असे आर्त उद्‌गार अभंगाच्या दुसऱ्या आणि तिसऱ्या चरणात व्यक्त झाले आहेत.

चौथ्या चरणात महाराज म्हणतात, *'सुफळ हा जन्म होईल तेथून । देता आलिंगन*

वैष्णवांसी ।।'

या अभंगात आलिंगन देण्याची इच्छा व्यक्त झालेली आहे. भारतीय संस्कृतीत आलिंगन अर्थात गळाभेट हे उत्कट आनंदाचे प्रदर्शन होय. अशी प्रेमाने ओथंबलेली गळाभेट महाराज घेऊ इच्छितात. अशा भावभावनांचे मीलन होणे हीच जीवनाची सफलता आहे, कृतार्थता आहे, सार्थकता आहे. जन्म सफल झाला, हा भाव वैष्णव भेटी अंती प्राप्त होतो.

शेवटच्या चरणात ज्या दिवशी विठ्ठलभक्तीची भेट घडून येईल तो 'सुदिन' होय, तो प्रसंग हाच आनंदाचा सोहळा होय, असे म्हटले आहे. दुसऱ्या एका अभंगात *'साधु संत येती घरा । तोचि दिवाळी दसरा ।।'* असे वर्णन आहे. दिवाळसण आणि विजयादशमी हे भारतीय हिंदू संस्कृतीतील सर्वांत मोठे आणि अति आनंदाचे दिवस आहेत. या दोन्ही सणांचा सोहळा वर्णनातीत असतो. असा स्वजातीचा गोपाळभक्त भेटला असता त्याच्या संगतीत हरीचे गुणगान, हरीचे भजन, हरीचे नामस्मरण मनाची तृप्ती होईपर्यंत गाता येईल. ही भावना 'गाऊ या गोपाळा धणीवरी' याद्वारे अभंगाच्या शेवटी महाराज व्यक्त करतात. परमेश्वराचे गुणगान कितीही केले तरी अपुरेच असते. पुन्हा पुन्हा त्याचे गुण आवडीने गात राहावे. हे गायन कधी संपूच नये, अशी भावना हरिभक्तांची असते. परमेश्वराला, भक्तांच्या भजनात तृप्ती प्राप्त व्हावी, हीच तृप्ती भक्तांचीही तृप्ती असते.

☆ ☆ ☆

२३

माझे अंतरीचें तोच जाणे एक । वैकुंठनायक पांडुरंग ॥
जीव भाव त्याचे ठेवीयेला पायीं । माझे चिंता नाहीं कवणेविशी ॥
सुखसमारंभें संतसमागमें । गाऊं वाचे नाम विठोबाचें ॥
गातां पुण्य होय आइकतां लाभ । संसारबंध तुटतील ॥
तुका म्हणे जीव तयासी विकिला । आणीक विठ्ठलाविण नेणें ॥

पंढरीचा पांडुरंग वारकऱ्यांचे परमदैवत आहे. वैकुंठीचा राणा हा पंढरपुरी भक्तांची वाट पाहात उभा आहे. विठोबाला जेवढी भक्तांची प्रतीक्षा आहे, तेवढीच विठ्ठलाच्या भेटीची ओढ वारकऱ्यांना, संतांना असते.

भक्ताच्या अंतरीचे भाव जाणणारा एकमेव विठ्ठलच आहे. कारण सखा पांडुरंग आहे. त्याच्या पायावरच माझा जीव, भाव अर्पण केला आहे. माझा जीवच समर्पित केला असल्यामुळे मला कसल्याच प्रकारची चिंता नाही. मी आता पूर्णपणे निश्चिंत झालो आहे. निश्चिंत झाल्या कारणाने केवळ आता विठू माउलीच्या नामवाणीने, आनंदाच्या उत्सवात संताच्या संगतीत हरी कीर्तन, विठुरायाचे नामस्मरण स्वतःच्या वाणीने करू, असा मानस महाराज व्यक्त करतात.

प्रभूचे भजन केल्याने पुण्यप्राप्ती होते आणि प्रभूचे गुणगान संतांच्या मुखातून श्रवण केल्याने चित्ताची शुद्धी होते. एकदा का चित्तशुद्धी झाली की, संसाराची बंधने आपोआप गळून पडतात. श्रवणकर्त्याला परमसुखाचा, परमानंदाचा अनुभव प्राप्त होतो. विठुरायाच्या नामात एवढी गोडी आहे, तसेच प्रचंड शक्ती आहे, ज्यायोगे पापक्षालनही होते आणि पुण्यसंचय वृद्धिंगत होते.

शेवटच्या पाचव्या चरणात महाराजांनी विठू माउलीच्या चरणांवर आत्मार्पण केले आहे. विठुरायाखेरीज माझे दुसरे श्रद्धास्थान नाहीच. महाराज म्हणतात, *'जीव तयासी*

विकीला । आणीक विठ्ठलाविण नेणे ।।' स्वतःच जीव विकला, या शब्दात महाराज जीव अर्पणाचे वर्णन करतात. एखादी वस्तू किंवा काहीही विक्री केली असता, त्याचा मोबदला विक्री करणाऱ्या प्राप्त होतो. येथे या विक्री व्यवहारात मोबदल्यात परमात्म्याची कृपा प्राप्त होते. ही कृपा व्यक्तीला संसारबंधनातून मुक्त करण्याच्या स्वरूपात प्राप्त होते. एवढा मोठा फायदा, एवढा प्रचंड लाभ संसारातील कोणत्याही विक्रेत्यास होत नसतो, हे वास्तव आहे.

महाराजांचा अनन्यभाव विठ्ठल चरणी आहे. हा भाव व्यक्त करण्यासाठी अभंगाच्या शेवटच्या चरणात *'आणिक विठ्ठलाविण नेणे'*, अशी भावना ते व्यक्त करतात. परमेश्वराला भक्त प्रिय असतो आणि अनन्यभावाने संपूर्ण शरणागत होऊन जो सर्वस्वाचे समर्पण करतो, तो भक्त परमेश्वराचा लाडका होऊन जातो. अशा भक्ताचे योगक्षेम परमेश्वर पाहतो. भक्ताच्या अधीन परमात्मा निश्चितच होऊन जातो. यालाच भक्त पराधीनता म्हणतात. परमात्मा हा भक्तवत्सल आहे आणि भक्ताचे प्रेम परमात्म्याला, भक्तावर कृपेचा वर्षाव करण्यास भाग पाडते. यासाठी केवळ एकच अट आहे, विठ्ठलाप्रति अहेतुक निष्ठा हवी.

☆☆☆

२४

अग्निमाजी गेलें । अग्नी होऊनी तेच ठेले ॥
काय उरले तयापण । मागील ते नाम गुण ॥
लोह लागे परिसा अंगी । तोहि भूषण जाला जगी ॥
सरिता वोहळा ओघा । गंगे मिळोनि जाल्या गंगा ॥
चंदनाच्या वासें । तृण चंदन जाले स्पर्शे ॥
तुका जडला संतापायी । दुजेपणा ठाव नाही ॥

संत तुकाराम महाराजांचा हा सहा चरणांचा अत्यंत मौलिक अभंग आहे. या अभंगात संगतीच्या परिणामांवर विवेचन केले आहे. 'जशी संगती तशी गती' हे या अभंगाचे सार आहे. काही उत्कृष्ट संगतीचे दृष्टांत देऊन, हा विचार प्रस्तुत अभंगात स्पष्ट करण्यात आला आहे.

पहिल्या चरणात अग्नीचे उदाहरण आहे. अग्नीमध्ये ज्या वस्तूचा शिरकाव होतो, ती वस्तूही अग्नीरूपच होऊन जाते. त्या वस्तूचे पूर्वीचे रंग, रूप, गुण काहीच नावालाही शिल्लक उरत नाही. अग्नीच्या संपर्कात आधीचे सर्व काही भस्म होऊन जाते. त्या त्या वस्तूचे आधीच्या अस्तित्वाचे नामोनिशाण संपून जाते. ती संबंधित वस्तू अग्निमय होऊन जाते.

दुसऱ्या चरणात परीस आणि लोखंडाच्या संबंधाचे वर्णन आहे. परीस ही वस्तू मानवी कल्पनेतील एक अद्भुत चमत्कारिक पदार्थ आहे. परीसात लोखंडाचे सोने बनविण्याची शक्ती असते, अशी धारणा आहे. प्रत्यक्षात परीस कुठे असतो? कसा असतो? कोणी पाहिला आहे काय? हे प्रश्न आजतागायात अनुत्तरीतच आहेत, असा माझा समज आहे. परीस ही मानवाच्या मनोराज्यातील उत्पत्ती असून तो कल्पनाविलास आहे. काहीही असो, परीस लोखंडाला स्पर्श करून त्याचे सुवर्णात रूपांतर करतो, असा

सार्वत्रिक समज आहे. हा चमत्कार घडतो, तेव्हा काय परिणाम होतात? लोखंडाचे परिवर्तन सोन्यात झाले असता, त्याचे मूल्य हजार पटीनी वाढते. सुवर्णाचे दागिने बनविले जातात. हे अलंकार महिला, पुरुष सर्वजण धारण करतात. ही शरीराची भूषणे आहेत. मानवाच्या प्रतिष्ठेत सुवर्ण धारण केल्याने प्रचंड प्रमाणात भर पडते. हा कशाचा परिणाम आहे? हा परीसाच्या स्पर्शाचा, संगतीचा परिणाम आहे. जगात सोन्याला फार महत्त्व आहे. मूल्य निर्धारित करण्याचे एकमेव माध्यम जगाने मान्य केले आहे, ते म्हणजे सुवर्ण होय. या अर्थाने जागतिक, आर्थिक व्यवहारातील सुवर्ण हे भूषण आहे. त्याला व्यवहारात सर्वोच्च स्थान ही प्राप्त आहे.

अभंगाच्या तिसऱ्या चरणात तर फारच सुंदर दृष्टांत आहे. नदीचा उगम डोंगरावर, पर्वतावर होतो. मग ती गंगा असो किंवा यमुना असो. करंगळीच्या आकाराची धार, हे उगमाच्या ठिकाणाचे कोणत्याही नदीचे स्वरूप असते. पहाडावरून प्रवाहित झालेल्या नदीच्या धारेत डोंगरकड्यावरून वाहत असताना मार्गात कित्येक लहानसहान ओहोळ, ओढे, नाले मिसळतात. गावातून, शहरातून जात असताना नाल्यातील सर्व प्रकारचे सांडपाणीही त्या मूळ प्रवाहात मिसळते, एकजीव होते. नाल्याच्या पाण्याची ओळख बदलते. नाला गंगेच्या प्रवाहात सामील झाला की तो नाला राहात नाही. तोही गंगाच होऊन जातो. ही किमया कशी घडते? संगतीमुळे. सांडपाणी, घाण पाणीसुद्धा गंगा, यमुनेत मिळाल्यानंतर त्याचे महत्त्व वाढते, त्याचे मूल्य वृद्धिंगत होते. त्यांचे मूळचे स्वरूप, अस्तित्व नदीच्या प्रवाहात विलीन होते. त्या जलालाही पापक्षालनाची शक्ती प्राप्त होते. तीर्थाचे स्वरूप प्राप्त होते. चांगल्याची संगत ही अशी परिणामकारक असते. उत्तमाच्या संगतीत अधमालाही महत्त्व प्राप्त होते. त्या अधमातही प्रभावाचे अभिसरण होते. सर्व प्रकारच्या पाण्याची मग जलबिंदू असो गंगा, यमुना, नर्मदा कोणतीही नदी असो, त्या त्या नदीत मिसळले असता त्या त्या नदीत एकरूप होतात, तद्रूप होतात.

नंतरचे उदाहरण महाराज चंदनाचे देतात. चंदन हा अत्यंत मौल्यवान आणि सुगंधी वृक्ष आहे. चंदनाच्या सान्निध्यात असणाऱ्या वृक्षांना झाडीझुडपांनाही चंदनाचा सुगंध प्राप्त होतो. चंदनाच्या बनात प्रवेश केल्याबरोबर सर्वत्र चंदनाचा सुगंध दरवळतो. त्याचा अनुभव प्राप्त होतो, प्रत्येक वृक्षातूनही चंदनाचा परिमल पसरत आहे आणि चंदनाच्या संपर्कामुळे संपूर्ण बन सुगंधमय होऊन जाते. हा संगतीचा सुपरिणाम आहे. *'पुष्पा संगे मातीस वास लागे'* असे म्हटले जाते. हाही संगतीचा परिणाम आहे.

शेवटच्या चरणात मानवी जीवनातील उत्तम संगतीच्या परिणामांचा उल्लेख महाराज करतात. जगात दोन प्रकारचे लोक असतात दुर्जन आणि सज्जन. पहिल्या प्रकारचे लोक 'खल' प्रवृत्तीचे असतात. त्यांच्या सोबतीत वाईटपणाचाच संस्कार होणार, चांगली व्यक्तीही दुर्जनांच्या सोबतीत वाईटच होणार. म्हणून अशा संगतीपासून दूर

राहणे, हेच शहाणपण होय. महाराज या चरणात साधूसंतांच्या संगतीविषयी निरूपण करतात. संतसंगतीमुळे सामान्य व्यक्तीतही संतत्व निर्माण होते. संतांशी जुळले असता त्यांच्यातील चांगुलपणाचे, शुद्ध आचरणाचे, उत्तम विचारांचे बीजारोपण होऊन उत्तम संस्कारांचे परिणाम दिसू लागतात. संतांच्या संगतीत स्वतःचे अस्तित्व विरून जाते. व्यक्तिमत्त्वातील दोष पलायन करतात आणि सद्‌गुणांचे आगमन व्हायला लागते. संतांच्या सोबतीत महाराज म्हणतात, 'दुजेपणा' शिल्लक उरत नाही. संतांच्या संतत्वाचे सामर्थ्य एवढे प्रचंड असते की, त्यांच्या संपर्कात गेलेली व्यक्ती त्यांच्यासारखे गाऊ लागते, भजन करू लागते, नाचू लागते, नामसंकीर्तनात दंग होते आणि मग संत आणि त्यांच्या संगतीत बेभान झालेली व्यक्ती यात द्वैत राहत नाही. अद्वैत निर्माण होते, हा परिणाम होय.'

प्रस्तुत अभंगाद्वारे महाराज मानवजातीला फार महत्त्वपूर्ण संदेश देत आहेत, उपदेश करीत आहेत. या जीवनात सत्संगात सामील व्हा, साधू सज्जनांच्या सहवासाचा प्रयत्न करा, यातच जीवनाचे भले होईल, जीवनाचे कल्याण होईल. म्हणून संतांच्या पायी शरण जा. शेवटच्या चरणात महाराज स्वतःची मनोभूमिका विशद करताना म्हणतात, *'तुका जडला संतापायी । दुजेपणा ठाव नाही ।।'*

☆☆☆

२५

वेदांचा तो अर्थ आम्हासीच ठावा । येरांनी वाहावा भार माथा ॥
खादल्याची गोडी देखिल्यासी नाही । भार धन वाही मजुरीचे ॥
उत्पत्तिपाळण संहाराचे निज । जेणे नेले बीज त्याचे हाती ॥
तुका म्हणे आम्हा सापडले मूळ । आपणचि फळ आले हाती ॥

वेद या शब्दाचा अर्थ ज्ञान होय. परमेश्वराने हे ज्ञान मानवजातीच्या कल्याणार्थ सृष्टीच्या आरंभी ऋषिमुनींना दिले. ते श्रवणाद्वारे प्राप्त झाले, म्हणून 'श्रुती' आणि स्मरणाद्वारे जतन केले, म्हणून 'स्मृती' असा साधा, सरळ, सोपा अर्थ होऊ शकतो. वेद हे ज्ञानाचे भांडार आहे. ते ज्ञान प्राप्त करणे, त्याचा अर्थ समजून घेणे हे येऱ्यागबाळ्याचे काम नाही, असे महाराज अभंगाच्या पहिल्या चरणात म्हणतात.

अभंगाच्या प्रारंभी महाराज छातीठोकपणे म्हणतात, *'वेदांचा तो अर्थ आम्हासीच ठावा,'* म्हणजे वेदांचा अर्थ केवळ आम्हालाच माहिती आहे, हे आत्मविश्वासपूर्ण उद्‌गार महाराज कशाच्या बळावर काढतात? याचे उत्तर आहे, विठ्ठलभक्ती. पंढरीचा पांडुरंग हा परब्रह्म आहे. जगाचा निर्माता, जगाचा नियंता, जगाचा पोषणकर्ता आणि जगाचा प्रलय करणाराही आहे. हे सर्व करणारा कर्ता पांडुरंग आहे, हे कार्य त्याच्या हाती असल्यामुळे वेदाचे तात्पर्य आणि ज्ञानही त्याच्यातच सामावलेले आहे. पांडुरंग म्हणजे वेदज्ञानाचा निर्माता. हा पांडुरंग संतांचे परमदैवत आहे. पांडुरंगाचे दर्शन हेच वेददर्शन होय. पांडुरंगाची भक्ती हेच वेदार्थाचे ज्ञान प्राप्त करण्याचे साधन आहे. म्हणून संतांनाच वेदाचा अर्थ माहिती असतो, असे महाराज येथे प्रतिपादन करतात. वेदाचे ज्ञान पांडुरंग कृपेने संतांनी अनुभवले आहे. ज्यांना विठ्ठलाच्या कृपेची अनुभूतीच नाही, त्यांना वेदार्थ कळूच शकत नाही.

महाराज पुढे म्हणतात, 'अन्नाची चव खाणाऱ्यालाच माहिती असते. केवळ

अन्नाकडे पाहणाऱ्यांना नाही.' वेदज्ञानाची गोडी संतांनी चाखली आहे, अनुभव घेतला आहे. केवळ वेदांचे बाह्यावलोकन केलेले नाही, हा भाव प्रकट करताना महाराज म्हणतात, *'खादल्याची गोडी देखील्यासी नाही'* या चरणात पुढे महाराज म्हणतात, *'भार धन वाही मजुरीचे.'* जसे एखादा मजूर ओझे वाहतो, तेव्हा त्याला त्या ओझ्याच्या मजुरी इतकेच पैसे मिळतात. भलेही त्या ओझे पैशांचे किंवा सोन्या-चांदीचे अथवा धान्याचे का असेना! त्याचप्रमाणे जे लोक वेद ग्रंथ किंवा इतर कुठलेही ग्रंथ, रामायण, महाभारत श्रीमद्भगवद्गीता हे केवळ डोक्यावर वाहून नेत असतील, फक्त ग्रंथाचे बाह्य आवरणाचे अवलोकन करीत असतील, तर त्यांना त्यातील ज्ञान प्राप्त होणार नाही. ते केवळ बघणारे बघे असतील.

महाराज पुढे म्हणतात, 'जो बीज शेतात पेरतो, त्यालाच पीक प्राप्त होते. त्याचप्रमाणे ग्रंथाचे पठण केले असता ज्ञानामृत प्राप्त होते.' शेवटच्या चरणात महाराज म्हणतात, 'सर्व ज्ञानाचे मूळ विठ्ठल आहे. तो आम्हाला प्राप्त आहे. त्याची कृपा आम्ही प्राप्त केली आहे. संपूर्ण ज्ञानाचा स्त्रोतच परमात्मा आहे. तोच आमच्या हृदयात आहे. वेदांचा निर्माताच आमच्या सान्निध्यात आहे. त्यामुळे वेदरूपी फळही आमच्या हाती आहे. आम्ही त्याचा आस्वाद नित्यनेमाने घेत असतो.' महाराज पुढे म्हणतात, *'आम्हा सापडले मूळ । आपणचि फळ आले हाता ।।'* हे मूळ ज्यांच्या हातात आहे, त्यांना फळाची प्राप्ती विनासायास होते.

☆☆☆

२६

> ***सत्यसंकल्पाचा दाता नारायण । सर्व करी पूर्ण मनोरथ ॥***
> ***येथें अलंकार शोभती सकळ । भावबळें फळ इच्छेचें तें ॥***
> ***अंतरींचें बीज जाणे कळवळा । व्यापक सगळां ब्रह्मांडाचा ॥***
> ***तुका म्हणे नाहीं चालत तांतडी । प्राप्त काळ घडी आल्याविण ॥***

संकल्पाचे दोन प्रकार ढोबळमानाने करता येतात. एक सात्त्विक संकल्प. याला 'सत्य संकल्प' म्हणावे. दुसरा प्रकार अर्थात इतरांचे अहित किंवा वाईट चिंतणारे संकल्प. सज्जन सात्त्विक संकल्प करीत असतात. तर दुर्जनांच्या संकल्पनांत दुष्टता असते. सज्जनाचे सत्य संकल्प असतात.

भगवान सत्य संकल्पना सिद्धी प्राप्त करून देतो. तसेच त्याच्या भक्ताच्या सर्व मनोकामना पूर्ण करतो. यासाठी *सत्य संकल्पाचा दाता नारायण*, असे महाराज म्हणतात.

भागवत भक्ताचे अलंकार कोणते असतात? तुळशीमाळ, बुक्का, अष्टगंध आणि गोपीचंदन कपाळावर शोभून दिसतात. ही त्यांची लौकिक भूषणेच आहेत. परंतु, हे अलंकार दांभिकही धारण करतात. परंतु, त्यांचे ढोंग फसवे असते. त्यांच्या रंगढंगाला भोळी भाबडी माणसे भुलतात आणि त्यांची फसवणूक होते. माणसांची फसगत होत असली, तरी देवाला कोणी फसवू शकत नाही. देव हा ज्ञाता असतो, त्याच्यासमोर ढोंग लपत नसते. अशा दांभिकाच्या इच्छा नारायण पूर्ण करीत नसतो. भक्ताच्या ठायी असलेला नारायणाप्रतिचा भक्तिभाव आणि त्याचा परिणाम म्हणून भगवंताचे प्रेम आणि नारायणाची कृपादृष्टी यामुळे भाविक भक्तांचे संकल्प सिद्धीस जातात. भक्तातील परमेश्वराप्रतिचे उत्कट प्रेम परमात्मा जाणतो आणि त्यामुळेच भक्तांचे संकल्प तडीस जातात. परमेश्वर त्यांना साहाय्य करतो. भक्तांच्या इच्छा भगवंत पूर्ण करणार नाहीत, तर दुसरे कोण करणार? परंतु, यासाठी अंतःकरणाची तळमळ आणि इच्छापूर्तीची उत्कट कामना भक्तांच्या ठायी असणे आवश्यक

आहे. परमेश्वराला व्याकूळ होऊन साद घातली असता परमेश्वराकडून दयेचा वर्षाव होतो आणि तेव्हाच आकांक्षांची पूर्ती होत असते.

शेवटच्या चरणात महाराज एक इशारा देताना म्हणतात, *'नाही चालत तातडी । प्राप्त काळ घडी आल्याविण ।।'* परमेश्वराची कृपा तातडीने होत नसते. त्यासाठी प्रयत्न, परिश्रम आणि प्रतीक्षा करावी लागते. त्याची कृपा होण्यासाठी पात्रतेच्या उपरोक्त तीन अटी आहेत. व्यवहारात असे मानले जाते की, वेळ आल्याशिवाय काही घडत नसते. यासाठी घाई करणे उपयोगाचे नसते. परमेश्वराच्या योजनेनुसार व्यक्तीच्या जीवनातील घटना घडत असतात. त्याच्या मर्जीनुसार घटनांचा क्रम घडत असतो, हे रहस्य उमगले पाहिजे. इच्छित फळ नाही मिळाले तरी त्रागा करणे उपयोगाचे नसते. योग्य वेळ आली असता, मनोकामना पूर्ण होत असतात. याबाबतीत अधीर न होता सुधीर झाले पाहिजे. त्याचप्रमाणे नारायणाच्या योजनेवर दृढ विश्वासही ठेवणे आवश्यक आहे. तेव्हाच दाता नारायण, त्याच्या भक्तांना भरभरून देईल. हिंदीत एक म्हण आहे, *'भगवान जब देता है तो छप्पर फाड के देता है'* याचा अर्थ त्यांनी दिलेले स्वीकारण्यासाठी भक्ताचे दोन्ही हातही अपुरे पडतात. हाच या जगतातील मानवी जीवनातील सार्वत्रिक अनुभव आहे.

☆☆☆

२७

काय वाणू आतां न पुरे हे वाणी । मस्तक चरणीं ठेवीतसें ॥
थोरींव सांडिली आपुली परिसें । नेणे सिवों कैसें लोखंडासी ॥
जगाच्या कल्याणा संतांच्या विभूति । देह कष्टविती पर उपकारें ॥
भूतांची दया हे भांडवल संतां । आपली ममता नाहीं देहीं ॥
तुका म्हणे सुख परावीया सुखें । अमृत हें मुखें स्त्रवतसे ॥

संतांचे गुणगान करण्यास शब्द अपुरे पडतात. कितीही गुणगान केले तरी, ते अपुरेच आहे. म्हणून त्यांच्या चरणी मी माथा टेकतो, असे महाराज अभंगाच्या पहिल्या चरणात म्हणतात. दुसऱ्या चरणात महाराज परीस आणि लोखंडाचे उदाहरण देतात. लोखंडाला स्पर्श करून त्याचे सोन्यात रूपांतर करण्याचे सामर्थ्य परीसात आहे. परीस स्वतःचे मोठेपण दाखवीत नाही आणि लोखंडाला स्पर्श करण्यास नकारही देत नाही. संत हे परीसासारखेच असतात. त्यांच्या पायावर मस्तक टेकविणाऱ्यास जवळ करतात, त्यांचा तिरस्कार करीत नाहीत. कारण संतमंडळी सात्त्विक असतात, सज्जन असतात. त्याचप्रमाणे मोठ्या मनाची असतात. स्वतःची थोरवी मिरविणारी नसतात.

तिसऱ्या चरणात महाराज म्हणतात, 'संतांचे कर्म जगाचे कल्याण करण्याचे आहे. स्वतःचा देह ते परोपकारार्थ चंदनाप्रमाणे झिजवीत असतात.' महाराज संतांच्या कार्याचे निरूपण करताना म्हणतात, *'जगाच्या कल्याणा संतांच्या विभूति । देह कष्टविती पर उपकारे ॥'* संतांचे जीवन स्वतःसाठी नसतेच. त्यांचे या भूतलावरील आगमनच लोकहितार्थ, परोपकारार्थ, जनकल्याणार्थ झालेले असते. कितीही कष्ट सोसावे लागले, तरी हसत हसत कर्तव्यभावनेने दुःखितांचे, पीडितांचे अश्रू पुसण्याचे, त्यांना दिलासा देण्याचे कार्य करतात. आई स्वतःच्या अपत्यांना गोंजारते, मायेचा हात पाठीवरून फिरविते. संत हेही आईसारखेच असतात. दुःखितांना, गांजलेल्यांना मायेची फुंकर

घालून त्यांचे कष्ट दूर करण्याचे लोककल्याणाचे कार्य करतात. एका संस्कृत सुभाषितात परोपकाराच्या कार्यांचे सुंदर वर्णन आहे. ते सुभाषित खालीलप्रमाणे :

परोपकाराय फलन्ति वृक्षाः परोपकाराय वहन्ति नद्यः ॥
परोपकाराय दुहन्ति गावः परोपकारार्थ मिदं शरीरम् ॥

अर्थात वृक्ष इतरांसाठी फळे निर्माण करतात. नद्या लोकहितार्थ वाहत असतात. गाई इतरांच्या उपयोगासाठी दूध देतात. त्याचप्रमाणे संत हे परोपकारासाठीच जन्म घेत असतात. मनुष्य जीवनातील परमश्रेष्ठ कार्य परोपकारच आहे. संत हे सर्वोत्तम कार्याला वाहून घेतात. निःस्वार्थ, निरपेक्ष भावनेतून केवळ लोकांचे भले व्हावे, यासाठी ते जीवाचे रान करतात. चौथ्या चरणात भूतदया अर्थात समस्त प्राणिमात्रांवर संत दया करतात, असे म्हटले आहे. भूतलावर 'भूतदया' हेच संतांचे भांडवल आहे. हे भांडवल ते इतरांसाठी वापरतात. स्वतःसाठी स्वार्थ भावनेने काही करीत नसतात. म्हणून त्यांना लौकिक जगात संतपद प्राप्त होत असते. शेवटच्या चरणात महाराज म्हणतात, 'संत इतरांच्या सुखासाठी झटतात. परक्याचे सुख हेच स्वतःचे सुख मानतात. हा मनाचा निर्भेळ मोठेपणा संतांजवळ असतो. त्याचबरोबर संतांच्या तोंडातून अमृतरूपी नाम संकीर्तन सतत होत असते. यासाठीच संतांचे कार्य मानवतेच्या सेवेचे कार्य असून, मानवतेची सेवा घडावी, व्यक्तीची सेवा व्हावी, यासाठी अहर्निश सेवाकार्य चालू असते.'

संत या पृथ्वीतलावर जगाच्या, मानवजातीच्या कल्याणासाठी येतात. चंदनाप्रमाणे देह झिजवितात. लोककल्याण, लोकोध्दार हेच त्यांचे जीवितकार्य असते. हे कार्य त्यांच्या हातून घडले असता, त्यांच्यासाठी हेच समाधान आहे. शेवटच्या चरणात महाराज म्हणतात, *'सुख पराविया सुखे । अमृत ते मुखे स्रवतसे ।।'* दुसऱ्यांचे सुख पाहून सुख वाटणे, हे संतपणाचे लक्षण आहे. व्यवहारात आपण पाहतो, सामान्य व्यक्ती इतरांचे सुख पाहून दुःखी होते. परंतु, संतांना इतरांचे सुख हेच मोलाचे वाटते. हे सुख अत्यंत मोलाचे असून या सुखाची गोडी अमृतासमान आहे. 'परावी' या शब्दाचा विस्तार करताना मानव, पशू, पक्षी, सर्व जीवजंतू यांच्या प्रति भूतदया संतांच्या अंतःकरणात असते. ही स्थिती प्राप्त होण्यासाठी मनाचा फार मोठेपणा लागतो. तो संतांजवळ स्वभावतःच असतो. इतरांचे सुख हेच आपले स्वतःचे सुख, हा मानवी जीवनातील अत्युच्च भाव आहे. स्वतःसाठी, स्वतःच्या कुटुंबीयांसाठी देह कष्टविणे याला स्वार्थ म्हणता येईल. परंतु, इतरेजनासाठी देह कष्टविणे, परोपकार करणे हे संतांचे स्वाभाविक कार्य आहे आणि हे कार्य संपन्न करण्यात अतुलनीय आनंदाची प्राप्ती संतांना होत असते.

★★★

२८

नामसंकीर्तन साधन पै सोपे । जळतील पापे जन्मांतरीची ॥
न लगती सायास जावे वनांतरा । सुखे येतो घरा नारायण ॥
ठायींच बैसोनि करा एकचित्त । आवडी अनंत आळवावा ॥
रामकृष्णहरी विठ्ठल केशवा । मंत्र हा जपावा सर्वकाळ ॥
याविण आणिक असता साधन । वाहातसे आण विठोबाची ॥
तुका म्हणे सोपे आहे सर्वांहूनि । शाहाणा तो धणी घेतो येथे ॥

कलियुगात परमेश्वरप्राप्तीचे सर्वांत सुलभ साधन नाम:स्मरण आहे. प्रत्येक युगातील मोक्षप्राप्तीची साधने भिन्न-भिन्न नमूद केली आहेत. चार युगांतील उपासनेचा तपशील खालीलप्रमाणे आहे -

- सत्ययुगात : वेदाध्ययन
- त्रेतायुगात : श्रुती, स्मृती ग्रंथांचा अभ्यास
- द्वापार युगात : यज्ञकर्मे
- कलियुगात : नाम:स्मरण

हिंदू धर्माच्या सर्वच संप्रदायांत नाम:स्मरणाला फार महत्त्व दिले असून, प्रभू प्राप्तीचा एकमेव मार्ग नामसंकीर्तनच आहे, असे प्रतिपादन केलेले आहे. प्रस्तुत अभंगात जगद्गुरू संत तुकाराम महाराज नाम:स्मरणाचा पुरस्कार करतात. महाराज म्हणतात, नाम:स्मरण हे साधन कसे आहे? इतर सर्व साधनांच्या तुलनेत हे सर्वांत सोपे साधन असून या साधनाचा वापर सुशिक्षित, अशिक्षित, महिला, पुरूष सर्वांनी करणे अतिशय सोपे आहे. विनासायास केवळ मुखाने नामस्मरण करणे आवश्यक आहे.

नाम:स्मरणामुळे वाल्या कोळ्याचा वाल्मिकी झाला. त्यांनी जगप्रसिद्ध रामायण

हे महाकाव्य लिहिले. संत तुकाराम महाराजांना गुरू बाबाजी चैतन्य यांनी 'राम कृष्ण हरी' हा अत्यंत सोपा मंत्र नाम:स्मरणासाठी त्यांच्या स्वप्नात दिला. भंडारा डोंगरावर एकांतात नाम:स्मरणात त्यांनी दिवसाचा बराच काळ एकांतात घालविला, ज्यामुळे त्यांची देहबुद्धी संपुष्टात आली आणि अंतर्बाह्य शुद्धी प्राप्त झाली. स्वतः संत तुकाराम महाराज नाम:स्मरणाच्या परिणामासंबंधी म्हणतात, *'तुका म्हणे रामनामी । कृतकृत्य झालो आम्ही ।'* पुढे ते असेही म्हणतात की *'यावरीया जाली कवित्वाची स्फूर्ती'* या सुपरिणामांमुळे संत तुकाराम महाराजांच्या हातून प्रचंड प्रमाणावर अभंगरचना झाली.

नाम:स्मरणाचा परिणाम जन्मजन्मांतरीच्या पापाचा नाश करण्यात होतो. महाराज म्हणतात, *'जळतील पाप जन्मांतरीची'* मानवाच्या हातून जन्मजन्मांतरात पापकर्मे घडत असतात. तसेच पुण्यकर्मेही घडत असतात. दोन्हींची फळे भोगावी लागतात. पाप पुण्याचा जमाखर्च ही सतत चालणारी प्रक्रिया आहे. परंतु, पापाची तीव्रता, पापाचे क्षालन करण्याचे सामर्थ्य नाम:स्मरणात आहे. हाच नामाचा महिमा आहे, हे मनुष्य जन्मात मानवाने जाणले पाहिजे.

घरदार सोडून वनात जाण्याची मुळीच आवश्यकता नाही. कोणतेही सायास करावयाची गरजच नाही. फक्त नाम:स्मरण करणे, ज्यायोगे नारायण सुखाने अर्थात नक्की घरी स्वतः चालून येईल. एवढी ताकद, परमेश्वरास येण्यास भाग पाडण्याची शक्ती ही नामसंकीर्तनात आहे.

परमात्म्याचे एक नाव 'अनंत' असे आहे. या अनंताच्या कोणत्याही एका नावाने त्याला आळवावे. एकांतात बसून, चित्त एकाग्र करून, मनोभावे, अंतःकरणातून, उत्कटतेने परमेश्वराचे नाम:स्मरण अत्यंत आवडीने करावे. नाम:स्मरणातून परमात्म्याविषयीचे उत्कट प्रेम व्यक्त व्हावे, एवढीच अट आहे. नाम:स्मरणाला प्रतिसाद दिल्याशिवाय परमात्मा राहातच नाही. नाम:स्मरण याचा अर्थ भक्ताने परमेश्वराला मारलेल्या हाका असाच होतो. भक्ताच्या हाका आणि आळवण्या ऐकून देव तटस्थ राहातच नाही. 'राम कृष्ण हरी' हा सोपा मंत्र जपावा. महाराजांनी या मंत्राला 'राम कृष्ण हरी विठ्ठल केशवा' असे विस्तारित केले आहे. या नाम:स्मरणात आलेली पाचही नामे वैकुंठाधिपतीची आहेत. ही सर्व नावे त्याला अत्यंत प्रिय आहेत. वास्तविक पाहाता 'राम कृष्ण हरी' हा सिद्ध मंत्र असून, समस्त वारकरी संप्रदायाचा अत्यंत आवडीचा मंत्र आहे. प्रवचन, कीर्तन आणि भजन या वारकरी संप्रदायाच्या उपक्रमांत 'राम कृष्ण हरी' किंवा 'जय जय राम कृष्ण हरी' या जयघोषाने प्रारंभ करण्याची परंपरा आहे. महाराज म्हणतात, हे नाम:स्मरण क्वचित, अल्प वेळासाठी न करता उठता बसता सर्वकाळ करावे.' 'प्रभूचे नाम:स्मरण प्रत्येक कार्य करताना उच्चारावे. म्हणजे ते कार्यही त्याच्या चरणी वाहिले

जाते. म्हणजे देवाची प्राप्ती तात्काळ होईल,' असा विश्वास महाराज देतात.

पाचव्या चरणात महाराज नाम:स्मरणावरील स्वतःचा दृढ आत्मविश्वास व्यक्त करण्यासाठी विठुरायाची शपथ घेऊन सांगतात की, नाम:स्मरणाशिवाय दुसरे कोणतेच साधन नाही. हे ध्यानात घ्या. शेवटच्या चरणात महाराज म्हणतात, 'शहाणी व्यक्ती माझ्या या बोलण्यावर विश्वास ठेवून, या सुलभ नाम:स्मरणाच्या मार्गाचा अवलंब करील. ज्यायोगे त्याच्या सर्व इच्छांची पूर्ती होईल. सर्व आशा आकांक्षा फलद्रूप होतील. एवढेच नव्हे तर त्याच्या पूर्वजन्मीच्या सर्व पापांचे परिमार्जन होऊन त्याला प्रभुप्राप्ती होईल. मानवी जीवनातील सर्वोच्च ध्येय प्रभुप्राप्ती आहे. परमेश्वराची प्राप्ती झाली असता, मानवाला जीवनात दुसरे काही मिळविण्याचे शिल्लक उरत नाही.' 'मनुष्य जन्माला आल्याचे सार्थक होईल. एवढी प्रचंड शक्ती प्रभूच्या नाम:स्मरणात आहे, हे ध्यानात घ्या. संशय करू नका. माझ्या शपथेवर अतूट विश्वास ठेवा, ज्यायोगे जीवनाचे भले होणार आहे. यासाठी आता या घडीपासून नाम:स्मरणाचा प्रारंभ करा. प्रभूच्या नामाची आळवणी करा,' असा उपदेश महाराज अभंगाच्या शेवटच्या चरणात समस्त मानवजातीला करतात.

☆☆☆

२१

गजेंद्र पशु आप्तें मोकलिला । तो तुज स्मरला पांडुरंगा ॥
त्यासाठी गरुड सांडूनि धावसी । मोहे झळंबसी दीनानाथा ॥
धेनु वत्सावरी झेप घाली जैसी । तैसे गजेंद्रासी सोडविलें ॥
तुका म्हणे ब्रीद बांधले यांसाठी । भक्तांसी संकटी रक्षावया ॥

श्रीमद्‌भागवत पुराणांतर्गत अष्टम स्कंदातील तृतीय अध्याय 'गजेंद्र मोक्ष' अध्याय म्हणून ओळखला जातो. यामध्ये गजेंद्राने भगवंताची स्तुती केलेली आहे. मकराने सरोवरात प्रवेश केलेल्या हत्तीला जबड्यात पकडून ठेवले. तेव्हा गजेंद्राने श्रीहरीची स्तुती केली. मनोभावे कमलपुष्प श्रीहरीच्या चरणावर अर्पण केले. श्रीविष्णूंना स्तुती प्रिय असते, अशी धर्मग्रंथाची मान्यता आहे. गजेंद्राच्या आर्त हाकेवर आणि त्याने उधळलेल्या स्तुतीसुमनांमुळे प्रसन्न होऊन भगवंत धावून आले आणि सुदर्शन चक्राने मकराचा शिरच्छेद करून गजेंद्राची सुटका करतात, हा कथाभाग आहे.

'गजेंद्र मोक्ष' या स्तुतीपर अध्यायाचे नियमित वाचन, श्रवण, चिंतन, मनन करणे परमभाग्याचे आहे, अशी हिंदू धर्मावलंबी श्रद्धाळूंची श्रद्धा आहे. बनारस हिंदू विद्यापीठाचे संस्थापक आणि भारतीय स्वातंत्र्य आंदोलनातील स्वातंत्र्यसेनानी पंडित मदन मोहन मालवीय यांची 'गजेंद्र मोक्ष' या आख्यानावर फार श्रद्धा होती. हे आख्यान ऋणमोचक तसेच, संकटमोचक करणारे आहे. संकटग्रस्तांनी तर या आख्यानाचे दैनंदिन वाचन करावे, असे त्यांनी प्रतिपादन केले आहे. या 'गजेंद्र मोक्ष' आख्यानाचे उत्तम परिणाम अनेकांना अनुभवास आलेले आहेत, हे येथे नमूद करीत आहे.

संत तुकाराम महाराज प्रस्तुत अभंगात या प्रसंगाचे वर्णन करतात. गजेंद्राला त्याच्या इतर हत्तींनी एकटे सोडले होते. सरोवरात त्याच्या पायाला सुसरीने पकडले. पूर्वजन्मीच्या उत्तम संस्कारांमुळे गजेंद्राला भगवान श्रीविष्णूचे अर्थात पांडुरंगाचे स्मरण झाले आणि

त्याने अंतःकरणातून धावा केला. परमेश्वराचे वचन भक्तांना आहे की, अंतःकरणातून अनन्यभावाने 'आता तूच आहेस माझा एकमेव आधार' या शब्दात परमेश्वराला आळवितो, तेव्हा परमात्मा निश्चितच धावून येतो आणि शरणागतास संकटातून मुक्त करतो. दुसऱ्या चरणात महाराज म्हणतात, 'परमात्म्याचे भक्तावर प्रेम असते. भक्ताच्या प्रेमावर, भक्तीवर परमेश्वर मोहित असतो. या मोहामुळे श्रीविष्णू गरुडाच्या वाहनावर प्रस्थान करण्याचे विसरून स्वतःच्या पायांनीच धावत येतो. तत्परतेने त्वरित धाव घेतो.'

तिसऱ्या चरणात श्रीविष्णूच्या या कृतीचे वर्णन करण्यासाठी गाय आणि तिच्या पाडसाच्या उपमेचा आधार घेतात. वासराने हंबरडा फोडून त्याच्या मातेला अर्थात गायीला साद घातली असता, गाय जशी धावून वासराकडे येते, त्याचप्रमाणे पंढरीची विठू माउलीही भक्ताच्या हाकेला प्रतिसाद देत धावून येते. त्याचप्रमाणे गजेंद्राला परमात्म्याने सोडविले कारण, परमात्मा भक्तवत्सल असून शरणागताचा रक्षक आहे.

शेवटच्या चरणात महाराज म्हणतात, 'परमेश्वराचे हे ब्रीदच आहे की, भक्ताने पुकारले, बोलाविले, उत्कट भावनेतून परमेश्वराला आळविले असता त्याला साह्य करण्यासाठी परमात्मा बेचैन होत असतो, आतुर होत असतो. ज्या परिस्थितीत भगवंत आहेत त्या अवस्थेत ते धावत येतात. वाहन आहे किंवा नाही, पायात वहाण (पादत्राणे) आहे की नाही, याची तमा न बाळगता प्रचंड वेगाने तातडीने भक्तरक्षणासाठी ते पळत येतात. व्याधीग्रस्त भक्ताला तापातून मुक्त करतात. स्वतःच्या ब्रीदाला जागणारा श्रीपांडुरंग आहे.'

श्रीमद्भगवद्गीतेमध्ये भगवान श्रीकृष्ण म्हणतात, 'नमे भक्त: प्रणश्यति' अर्थात, 'माझ्या भक्ताचा, मी नाश होऊ देणार नाही, हे माझे वचन आहे.' या शब्दांत भक्ताला ते आश्वस्त करतात. दुसरे कारण भगवान भक्ताच्या अधीन असतो. भक्तीच्या सामर्थ्याचे दोर एवढे मजबूत असतात की, परमेश्वर भक्ताच्या प्रेम बंधनात अडकतो. हे भक्तप्रेम तो जशा अवस्थेत आहे, तशा अवस्थेत त्याला खेचत असते. स्वतः भगवानही भक्तासाठी धाव घेण्यास अतीआतुर असतो. महाभारतात भगवान श्रीकृष्णाने त्यांच्या भक्तांसाठी अर्थात पांडवांसाठी धाव घेतल्याचे अनेक प्रसंग आहेत. द्रौपदी वस्त्रहरणाच्या प्रसंगी द्रौपदीची आर्त किंकाळी ऐकून भगवान श्रीकृष्ण स्वस्थ राहिले नाहीत. तात्काळ प्रचंड वेगाने येऊन हस्तिनापूरच्या सभेत द्रौपदीचे लज्जारक्षण केले, ज्याचा रक्षक परमात्मा स्वयं आहे. त्याला चिंता करण्याचे कारणच नाही. त्यांनी निश्चिंत होऊन स्वतःचा भार त्याच्यावर टाकावा. म्हणजे तो जगजेठी त्याच्या वचनानुसार उपस्थित राहून संकटमुक्त करतो. यासाठी भक्तांनी त्याच्याविषयी किंचितही संशय मनी बाळगू नये.

☆☆☆

३०

भक्तीचे ते वर्म जयाचिये हाती । तया घरी शांति क्षमा दया ॥
अष्ट महासिद्धी वोळंगती द्वारी । न वजती दुरी दवडितां ॥
तेथे दुष्ट गुण न मिळेल निःशेष । चैतन्याचा वास जाला माजी ॥
संतुष्ट हे चित्त सदा सर्वकाळ । तुटली हळहळ त्रिगुणांची ॥
तुका म्हणे त्याचा देव सर्व भार । चालवी कामार होऊनियां ॥

भक्तीचे वर्म ज्याच्या हाती आहे, त्याचे घर कसे असते, याचे वर्णन प्रस्तुत अभंगाच्या पहिल्या चरणात आहे. जो भक्त आहे, त्याला भक्तीचे वर्महो माहीत असते. अर्थात भक्तीचे महत्त्व म्हणजे वर्म, असा साधा अर्थ होतो. जो भक्त आहे आणि ज्याच्या स्वाधीन भक्तीचे वर्म आहे, त्याच्या घरात शांती, क्षमा आणि दया नांदत असतात. याशिवाय अष्टसिद्धीही हात जोडून उभ्या असतात. एवढे प्रचंड सामर्थ्य भक्ताच्या भक्तीत असते. अष्टसिद्धी याचा अर्थ आठ प्रकारच्या सिद्धी. या अष्टप्रकारात सर्व सिद्धींचा समावेश होतो. या सर्व सिद्धी या घरात वास्तव्य करून असतात. या सिद्धींना 'जा आता तुमचे काही काम नाही, आवश्यकता नाही,' असे म्हटले तरी भक्ताच्या घराला, दाराला चिकटून त्या पडून राहतात, एवढे भक्ताचे घर शक्तिशाली असते. महाराज याचे वर्णन *'न वजती दुरी दवडितां'* या शब्दात करतात.

अशा घरात जिथे शांतता आहे, दया आहे, करुणा आहे, त्या घरात दुष्ट वातावरणाचा लवलेशही आढळत नाही. सर्वत्र सज्जनपणा, पवित्र्य ओतप्रोत भरलेले असते. जिथे असे पावित्र्य असते, ज्यांच्या हृदयात दुष्टतेचा निवास नावालाही शिल्लक नाही. तिथे चैतन्याचा वास अर्थात श्रीपरमात्म्याचा निवास असतो. 'अशी शांतता ज्याचे घरी, तेथे लक्ष्मी वास करी,' असे म्हटले जाते. जिथे लक्ष्मी आहे, तिथे लक्ष्मीपती अर्थात पांडुरंगही असणारच. ज्याच्या हृदयात पांडुरंग आहे, त्याचे चित्त शुद्ध असते. त्याचे

कारण अर्थात त्रिगुणाची अस्वस्थता नष्ट झाली आहे. त्रिगुण अर्थात सत्त्व, रज आणि तम हे तीन गुण होत. निर्गुण हे परमात्म्याचे महत्त्वपूर्ण वैशिष्ट्य आहे. निर्गुण ईश्वर याचा अर्थ ज्याला सत्त्व, रज, तम गुणांची बाधा होत नाही, असा गुणातीत परमात्मा होय. जो भक्त, हृदयात पांडुरंगाला धारण करतो, तोही या गुणांच्या प्रभावातून सुटतो, मुक्त होतो. याचा परिणाम म्हणून, त्याला स्वतःला काही करावयाचे शिल्लकच राहत नाही. त्याचा भार स्वतः परमेश्वर उचलतो.

शेवटच्या चरणाच्या रचनेत महाराज म्हणतात, *'तुका म्हणे त्याचा देव सर्व भार । चालवी कामार होवोनियां ॥'* इथे 'कामार' या शब्दाचा अर्थ चाकर किंवा सेवक असा होतो. भक्ताच्या घरी स्वयं परमात्मा चाकर होऊन राहतो. याचे उत्तम उदाहरण संत एकनाथ महाराज आणि त्यांचे घर होय. संत एकनाथ महाराज विठ्ठलाचे परमभक्त. त्यांचे घर दया, क्षमा, शांतीचे आगर. त्यांचे हृदयही या गुणांनी भरलेले. यामुळे त्यांची प्रवृत्ती आणि प्रकृती त्रिगुणांच्या प्रभावकक्षेच्या बाहेर अर्थात गुणातीत. अशा ठिकाणी स्वयं परमात्मा राहतो. एकनाथ महाराजांच्या सान्निध्यात पंढरीचा विठ्ठल श्रीखंड्याच्या रूपात चाकर म्हणून कित्येक वर्षे होता. जेथे स्वयंपरमात्मा असतो, तेथे काहीच न्यून नसते. कोणत्याही गोष्टीचा अभाव नसतो. त्यामुळे हे स्थान सर्व सिद्धींचे माहेरघरच म्हटले पाहिजे. एवढी उपलब्धी परमेश्वरावरील अहेतुक भक्तीमुळे प्राप्त होत असते, हेच भक्तीचे वर्म होय.

☆ ☆ ☆

३१

आपुला तो एक देव करूनि घ्यावा । तेणे विण जीवा सुख नोहे ॥
येर ती माईके दुःखचि जनिती । नाही आदि अंती अवसान ॥
अविनाश करी आपुलिया ऐसे । लावी मना पिसे गोविंदाचे ॥
तुका म्हणे एका मरणेचि सरे । उत्तमचि उरे किर्ती मागे ॥

प्रत्येक जीवाने किमान एक तरी देव आपलासा करून घ्यावा. कारण देव आपला झाल्याशिवाय जीवाला सुखप्राप्ती नाही. देवावाचून दुसरे सर्व काही दुःख देणारे आहे. सुख केवळ परमात्माच देऊ शकतो. आदि अर्थात आरंभी आणि अंती तोच सुख देऊ शकतो. त्याच्याशिवाय इतरांत आदि आणि अखेरीस सुख देण्याचे सामर्थ्य नाही. तेव्हा इतरांच्या मागे लागल्यास दुःखालाही आदि आणि अंत असणार नाही.

जगात अनित्य आणि नित्य काय आहे, हे समजून घ्या. विनाशी काय आहे आणि अविनाशी काय आहे, हे उमजून घ्या. केवळ परमात्मा नित्य आहे आणि आत्मा परमात्म्याचा अंश असल्यामुळे तोही नित्य आहे. शरीर नाशवंत आहे. यासाठी नित्य असणाऱ्या परमात्म्यास जाणून घेणे, हेच आत्मज्ञान व परमात्मज्ञान आहे. यासाठी देवाला आपल्या आत्म्यात स्वाधीन करून घेणे जीवासाठी सुखकारक आणि आनंददायक आहे.

यासाठी उपाय कोणता आहे? तेव्हा यावर महाराज उपाय सांगताना म्हणतात, *‘लावी मना पिसे गोविंदाचे.’* पिसे म्हणजे वेडेपिसे. मनाला गोविंदाचे वेड लावून घ्या, अर्थात सदासर्वदा मनाला गोविंदाच्या ध्यानात गुंतवून ठेवा. वेडी माणसे एकाच गोष्टीची पुनरावृत्ती करतात. पुन्हा पुन्हा एकच गोष्ट बोलत असतात. तेच वेडेपणाचे लक्षण मानतात. त्याचप्रमाणे गोविंदाला अर्थात विठ्ठलाला ध्यानी, मनी, स्वप्नी सर्व अवस्थेत मनात धरून ठेवा, हेच अविनाशी परमात्म्याला स्वाधीन करून घेणे आहे

आणि जीवाला सुखप्राप्तीसाठी आवश्यक आहे. अविनाशी परमात्मा आपलासा झाला की, इतर दुसरे काही मिळविण्याचे राहात नाही. देव आपलासा होणे म्हणजे देवाशी तद्रूप होणे. असे झाले असता जन्ममरणाचा फेरा संपुष्टात येईल. एकदाचे मरण, हे शेवटचे मरण होय. यानंतर पुन्हा जन्मही नाही आणि मृत्यूही नाही. ही स्थिती म्हणजेच मुक्ती. देव आपलासा करणे अर्थात मोक्षप्राप्ती, असाही अर्थ निघू शकतो. जन्ममृत्यूचा फेरा चुकला असता ती व्यक्ती कीर्तिवंत होते. लोकांत ही कीर्ती मागे राहील. कीर्ती मागे ठेवून शेवटचे मरण प्राप्त होणे हीच मनुष्य जीवनाची सार्थकता असून, असाधारण व्यक्ती जी देवाला आपला करून घेते, त्या व्यक्तीचीच जगात कीर्ती स्थापित होते. यासाठी महाराज म्हणतात, *'आपला तो एक देव करूनि घ्यावा । तेणेविण जीवा सुख नोहे ॥'* सर्व सुखांचे आगर, परमात्मा आणि त्याचे धाम प्राप्त होणे, हाच जीवनोद्धारही आहे.

☆☆☆

३२

परद्रव्य परनारी । अभिलासूनि नाक धरी ॥
जळो तयाचा आचार । व्यर्थ भार वाहे खर ॥
सोहळ्याची स्फीती । क्रोधें विटाळला चित्तीं ॥
तुका म्हणे सोंग । दावी बाहेरील रंग ॥

समाजात काही ढोंगी लोक असतात. त्यांचे बाह्य आचरण हे लोकांच्या डोळ्यांत धूळ फेकणारे अर्थात फसवे असते. यांना मनात अशी इच्छा असते की, दुसऱ्याची संपत्ती मिळावी. त्याचप्रमाणे दुसऱ्याची स्त्री भोगण्यास मिळावी. वास्तविक पाहता, या दोन्ही अभिलाषा चुकीच्या आणि नैतिकतेला धरून नाहीत. काही ढोंगी अनुष्ठान करतात. डोळे मिटून, नाक दाबून प्राणायाम करीत असल्याची मुद्रा करतात. हा अभिनय असतो, हे त्यांचे नाटक असते, ढोंग असते. अशी सोंगे मिरवणाऱ्या व्यक्ती समाजात काही कमी नसतात. डोळे बाह्यतः बंद असतात. परंतु, त्यांचे डोळे मात्र परद्रव्य प्राप्तीसाठी भिरभिरत असतात. त्याचप्रमाणे डोळ्यांच्या कोपऱ्यातून, कानाकोपऱ्यातील परस्त्रियांचा शोध घेत असतात. ही दोन्ही कर्मे निषिद्ध कार्ये असून पापाचार आहेत. ध्यानस्थ बसून प्राणायाम करीत आहे, असे भासवत नाकपुड्या दाबून धरल्या असतील, तरी अशा ढोंगी व्यक्तीचे आंतरिक भाव पापाने बरबटलेले असतात. अशा व्यक्तीच्या आचरणाची महाराज निंदा करतात. *'जळो तयाचा आचार'* या शब्दांत त्यांची छी-थू करतात. अशा व्यक्ती दांभिक असून समाजावरील कलंक आहेत. भले त्या कितीही ज्ञानी असोत, विद्वान असोत. त्यांच्या ज्ञानप्राप्तीला काहीच अर्थ नसून त्यांची ज्ञानप्राप्ती व्यर्थ आहे. जसे एखादे गाढव भार वाहते, तसेच ज्ञानाचा भार किंवा ज्ञानग्रंथांचा भार पाठीवर वाहून नेणारे हे फक्त भारवाहक आहेत. यापेक्षा त्यांना महत्त्व नसून, ते खरं म्हणजे माणसातील गाढव आहेत. महाराज त्यांची अवहेलना *'व्यर्थ भार वाहे खर'* या

शब्दांत करतात. अशा व्यक्तींजवळ ज्ञानगंगा असली तरी त्यांच्या कृत्यामुळे तिला गटारीचे स्वरूपच प्राप्त झाले आहे.

त्याचप्रमाणे ज्यांचे मन सदासर्वकाळ क्रोधाने ग्रस्त आहे आणि असे क्रोधयुक्त चित्त हे क्रोधाने विटाळलेले असते, दूषित झालेले असते. ज्याचे अंतःकरण शुद्ध नाही, वासनांनी विटाळलेले आहे, केवळ अवडंबर करतात. असे नाटक करणारे लोक समाजात ढोंग पसरवितात. अशा नाटकी लोकांची नाटके उघडी पाडणे, समाजाच्या दृष्टीने उपयुक्त ठरते. अशा ढोंगी व्यक्ती समाजाची दिशाभूल करून समाजाची न भरून येणारी हानीच करीत असतात.

वास्तविक पाहता संत तुकाराम महाराज आणि छत्रपती शिवाजी महाराज समकालीन होते. राजा असूनही चारित्र्यसंपन्न महाराजांनी कल्याणच्या सुभेदाराच्या सुंदर सुनेला सन्मानाने परत सुभेदाराकडे पाठविले. परस्त्री मातेसमान असते, हा आदर्श प्रजेपुढे ठेवला. त्याच काळातील समाजात परस्त्रीकडे वाईट नजरेने पाहणारे व त्या स्त्रियांची कामना करणारे नतद्रष्ट लोकही असावेत. त्यामुळेच संत तुकाराम महाराजांनी त्यांच्या अभंगातून अशा दुर्जनांची निंदा केली आहे. परद्रव्याच्या बाबतीत महाराज कमालीचे जागरूक आहेत. परद्रव्याची प्राप्ती व्हावी, अशी मनीषा बाळगणारेही दुर्जनच होत. दुसऱ्या एका अभंगात परस्त्री ही माय रखुमाईसारखी समजावी, असा उपदेश महाराजांनी केला आहे. ज्ञान म्हणजे सद्‌गुण अशी ही एक ज्ञानाची व्याख्या आहे. ज्ञानी व्यक्ती सदाचरणी असलीच पाहिजे. ज्ञानी व्यक्ती दुराचरणी असेल तर त्याच्या ज्ञानप्राप्तीत दोष आहेत, असे समजले पाहिजे. अशी व्यक्ती ज्ञानी नसून गाढवासारखी मूर्ख आहे, असे मानले जाते.

☆☆☆

३३

जाऊं देवाचिया गांवां । देव देईल विसावां ॥
देवा सांगों सुख दुःख । देव निवारील भूक ॥
घालूं देवासी च भार । देव सुखाचा सागर ॥
राहों जवळी देवापाशीं । आतां जडोनि पायाशी ॥
तुका म्हणे आम्ही बाळें । या देवाची लडिवाळें ॥

देव आणि भक्तांचा अनन्य संबंध प्रस्तुत अभंगात वर्णन केलेला आहे. देव कसा आहे? देव विसावा देणारा आहे. देवाचे गाव कसे आहे? देव जीवांचे विश्रांतीस्थान आहे. देवाच्या गावाला जाऊ, असे महाराज म्हणतात. देवाच्या गावाला का जायचे? व्यक्ती संसारातील दुःख, ताप सहन करून थकतो, त्याला शांतीची, विश्रामाची नितांत गरज असते. ही गरज देवाच्या गावी गेल्याशिवाय प्राप्त होऊ शकत नाही. कारण देवाचे गाव हे जीवाचेही गाव असते. मानवी स्वभावच असा आहे की, त्याला सर्व घरांच्या तुलनेत स्वतःचे घर आवडते, त्याचप्रमाणे कोणत्याही दुसऱ्या गावापेक्षा स्वतःचे जन्मगाव आवडत असते. जीव कुठून येतो? जीवाचे जन्मगाव कोणते? याचे उत्तर परमधाम हे आहे. परमधाम हेच परमेश्वराचे गाव आहे. तसेच ते जीवाचेही गाव आहे. साहजिकच, देवाच्या गावाला अर्थात स्वतःच्या गावाला जाण्याची ओढ जीवात स्वाभाविकपणे असते. कारण जीव हा परमात्म्याचा अंश आहे. अंशाची ओढ ईश्वराकडे असणारच. आईच्या कुशीत लौकिक जीवनात सुखाचा अनुभव येतो. त्याचप्रमाणे तो देवाच्या कृपाछत्राखाली सुख पावत असतो. सुखदुःख कोणाला सांगावे? महाराज म्हणतात, देवाशिवाय जीवाचे सुखदुःख कोण ऐकणार? या धरतीवर इतरांचे सुखदुःख ऐकण्यास कोणीही उत्सुक नसतो. दुसऱ्याची सुख ऐकून किंवा पाहून ऐकणाऱ्याच्या मनात मत्सर निर्माण होतो. तसेच जगात दुःखाचे रडगाणे दुसरा कोणीही ऐकत नसतो. दुसऱ्याचे दुःख

ऐकणे हा इतरांसाठी करमणुकीचा विषय असतो, मनोरंजनाचा विषय असतो. देवाचे तसे नाही. देव जीवांचा मायबाप आहे. तो ऐकून घेतो, दुःखाचे निवारण करतो, जीवाची भूक भागवितो. जीवाच्या सुखाने आनंदितही होतो. माय माउलीप्रमाणे, बापाप्रमाणे तो जीवाची माउलीही असतो आणि पिताही असतो.

देवावर सर्व भार घालून निश्चिंत होता येते. देव आनंदाने भक्ताचा जीवाचा भार वहन करतो. देव सुखसागर आहे. त्याच्या ठायी सुखाचा सागर विद्यमान आहे. अशा देवाजवळ राहून सुख चाखण्यात आनंद आहे. परंतु, या सुखाचा आस्वाद घेण्यासाठी देवाच्या पायाशी जुळणे मात्र आवश्यक आहे. एकदा का देवाच्या पायाशी जुळले की मग सुखच सुख! उणीव कशाचीच भासणार नाही.

शेवटच्या चरणात महाराज म्हणतात, *'आम्ही देवाची लेकरे आहोत.'* जन्मदात्या माता-पित्याला स्वतःची लेकरे जशी अत्यंत प्रिय असतात. त्याचप्रमाणे जगत्पिता जगन्माता परमात्म्याला समस्त जीव प्रिय असतात. लेकरे लाडकी असतात. याचे वर्णन महाराज *'आम्ही बाळे या देवाची लडिवाळे,'* लौकिक मायबाप जसे स्वतःच्या अपत्यावर प्रेम करतात, त्यांचे लाड पुरवितात, त्याचप्रमाणे देवाची लेकरे त्यांचे भक्त असतात. भक्तांचे लाड देव पुरविणार नाही तर कोण पुरविणार? संत नामदेवाचे लाड विठू माउलीने पुरविले. तसेच सर्व संतांचे, भक्तगणांचे आणि देवाच्या गावाला येणाऱ्यांचे लाड भगवंत पुरवीत असतो.

☆ ☆ ☆

३४

आनंदाचे डोही आनंद तरंग । आनंदचि अंग आनंदाचें ॥
काय सांगो जाले काहीचियाबाही । पुढे चाली नाही आवडीने ॥
गर्भाचे आवडी मातेचा डोहळा । येथीचा जिव्हाळा तेथें बिंबे ॥
तुका म्हणे तैसा ओतलासे ठसा । अनुभव सरिसा मुखा आला ॥

प्रस्तुत अभंगात महाराजांचा सुंदर कल्पनाविलास आढळतो. अभंगाच्या पहिल्या चरणाचा आरंभ आनंदाचा 'डोह' या शब्दांनी होतो. डोह पाण्याचा असतो. नदीच्या पात्रात पाण्याचे खोल डोह असतात. माणसाचे अंतर्मन हाही एक डोहच आहे. अंतर्मनही खोल असते. या डोहाची महाराज आनंदाचा डोह अशी कल्पना करतात. पाण्यामध्ये पाण्याचे तरंग उठतात, तेव्हा आनंदाच्या डोहात आनंदाचे तरंग उठतात. हा आनंद साध्या कारणामुळे निर्माण झालेला आनंद नसून, हा परमानंद आहे, ब्रह्मानंद आहे. या ब्रह्मानंदाचा डोहच मी झालो आहे. संपूर्ण व्यक्तित्व जणू डोह बनला आहे. जलाच्या डोहात जलाचे तरंग जलाच्या लाटा निर्माण होतात. येथे ब्रह्मानंदरूपी तरंग, लाटा, उसळ्या घेत आहेत. आत्मा ब्रह्माचा अंश आहे, आनंद स्वरूपाचा अंश आहे. तेव्हा त्या आनंदाचा भाग किंवा अंग हे सुद्धा आनंदच असणार. तसा आनंदस्वरूप मी ही झालो आहे. आनंदमयच झालो आहे. याचा आनंद वर्णनातीत आहे. महाराज म्हणतात, *'काय सांगो झाले काहीचियाबाही,'* या शब्दांत स्वतःच्या अवस्थेचे वर्णन करतात. त्याचा परिणाम म्हणून संसारातील आसक्ती संपली. प्रपंचाची आवडही संपुष्टात आली. हा अनुभव प्रकट करण्यासाठी महाराज माता आणि मातेच्या पोटातील गर्भाचे उदाहरण देतात. मातेच्या पोटात जे चाखण्याची आवड निर्माण होते, ते खाण्याचे डोहाळे मातेला लागतात आणि हे डोहाळे बाह्यतः प्रकटतात. त्याचप्रमाणे महाराज म्हणतात, परब्रह्मानंदाच्या डोहात डुंबून राहण्याचीच आवड निर्माण झाली असून, आता

प्रपंच नकोसा झाला आहे. त्यासंबंधीची नावड किंवा तिटकारा उत्पन्न झाला आहे, असे तिसऱ्या चरणात प्रतिपादन केले आहे.

या अनुभवाचा प्रगाढ ठसा किंवा प्रभाव उमटला असून त्या अनुभवाचा आविष्कार माझ्या वाणीद्वारे बाह्यत: दिसून येत आहे, असे शेवटच्या चौथ्या चरणात महाराज म्हणतात.

ज्या प्रकारचा जिव्हाळा गर्भ आणि माता यांच्यात आढळतो, तसाच प्रत्येक जीव आणि परब्रह्म यांच्या एकरूपतेत प्राप्त होतो. हा अत्युच्च परमानंदच माझ्या अंतर्मनात भिनला असून, तो बाह्यत: प्रकट होत आहे.

चौथ्या चरणात शेवटच्या भागात हा आनंदाचा भाव प्रकट करण्यासाठी महाराज *'अनुभव सरिसा मुखा आला'* अशी शब्दरचना करतात. या अभंगातून जीवाशिवाचे एकरूप होणे, जीव हे शिवाचे अंग असणे आणि अंग आणि स्त्रोत अर्थात जीव आणि परब्रह्म यांच्यातील अखंड आणि अविभाज्य नाते निर्माण होणे. अर्थात जीवाशिवाच्या एकात्म होण्याने संसाराचे महत्त्व उरले नाही. आता केवळ परमानंदाच्या डोहात डुंबून राहणे आणि आनंदलहरींचा सुखद अनुभव सातत्याने घेत राहणे, हीच आवड असून याशिवाय इतर कशाचीही आता आवड शिल्लक उरलेली नाही. असा सुंदर भाव, अलौकिक अनुभव महाराज त्यांच्या या अत्यंत लोकप्रिय आणि तसेच सुप्रसिद्ध अभंगात व्यक्त करतात.

☆ ☆ ☆

३५

कानडीने केला मऱ्हाटा भ्रतार । एकाचे उत्तर एका न ये ॥
तैसे मज करू नको कमळापति । देई या संगति सज्जनांची ॥
तिने पाचारिले इल बा म्हणोन । येरु पळे आण जाली आता ॥
तुका म्हणे येरा येरा जे विच्छिन्न । तेथे वाढे सीण सुखा पोटी ॥

या अभंगात महाराज जीवनातील विसंगतीवर भाष्य करीत आहेत. विसंगती कष्टदायक तर सुसंगती सुखदायक, आरामदायक आहे. येथे महाराज भिन्न भाषा असणाऱ्या एका नवविवाहित पती-पत्नींचे उदाहरण घेतात. कन्नड भाषा बोलणाऱ्या एका कानडी महिलेने मराठी भाषा असणाऱ्या मराठी पुरुषाबरोबर विवाह केला असता, दोघांच्या बोलण्यातून कसा गोंधळ निर्माण झाला, याचे वर्णन महाराज अभंगात करतात.

प्रत्येक भाषेतील शब्दाचे अर्थ भिन्न असतात. भाषेचा अर्थ भिन्न भाषिकांना कळत नाही. कानडी बोललेले नवऱ्याला कळत नाही. मराठीतले अर्थ बायकोला उलगडत नाही. यामुळे गंमतही निर्माण होते. परस्परांचा गोंधळ निर्माण होऊन, दांपत्य जीवनात विसंगती निर्माण होते. एकाचे दुसऱ्याला बोलणे कळत नाही, हे कष्टदायक आहे.

उदाहरणार्थ, कानडी बायकोने विचारले, 'ए मधी' तर त्याचा अर्थ असतो 'कसे आहे?' एका कानडी महिलेने एका दारात उभारलेल्या परपुरुषाला 'ए मधी' असे म्हटले. त्याला वाटले, बाई त्याला आत बोलावते आहे. म्हणून तो आत गेला. तिला आश्चर्य वाटले, की घरात कसा शिरला म्हणून. ती त्याच्याशी भांडू लागली. आहे की नाही गंमत, याकडे पाहणाऱ्या इतरांचा गैरसमज होणारच.

या ठिकाणी या नवविवाहित जोडप्यातील पत्नी नवऱ्याला 'इल बा' म्हणते. याचा कानडीतील अर्थ 'इकडे ये' असा आहे. परंतु, 'बा' शब्द 'बाबा' असा अर्थ असणारा आहे. नवऱ्याने बाबा असा चुकीचा अर्थ त्यातून काढला. तिने त्याला बाबा असे म्हटले

हा अर्थ काढून ती आपल्याला 'बाबा' म्हणत आहे असे समजून म्हणून गैरसमजातून तो तिच्यापासून दूर पळू लागला. असा अर्थाचा अनर्थ विसंगतीमुळे घडत असतो. ज्याचा त्रास संबंधितांस होतो, असे महाराज म्हणतात.

महाराज कमलापतीस अर्थात परमात्म्यास विनवणी करतात की, त्यांना अशा प्रकारची विसंगत संगती देऊ नका. मग कोणाची संगत महाराजांना हवी आहे? महाराज अभंगाच्या दुसऱ्या चरणात म्हणतात, *'देई या संगति सज्जनाची.'* महाराजांनी सज्जन व्यक्तीच्या संगतीची मागणी केली आहे, जी त्यांच्या स्वतःच्या व्यक्तिमत्त्वानुरूप तसेच स्वभावानुरूप असेल. अशी संगती सुसंगत असते, ज्यात कसल्याच प्रकारचा विरोधाभास नसतो. म्हणून ही संगत सुखदायक असते. याचा अर्थ असाही काढता येतो की, सज्जनाची गाठ जर दुर्जनाशी पडली तर त्या संगतीचा परिणाम विपरित तसाच त्रासदायक असतो. जो मनाला शीण देणारा असतो. म्हणून दुष्ट, दुर्जनांची संगत अजिबात नको. महाराज त्यांच्या एका दुसऱ्या अभंगात परमेश्वराला विनवणी करताना म्हणतात, 'माझिया जातीचे मज भेटो कोणी । आवडीची धणी फेडावया ।।' अशा समविचारी समगुणांच्या व्यक्तीची भेट, ही प्रत्येकाच्या आवडीची बाब असते, ती आनंददायकही असते.

☆☆☆

३६

वृक्ष वल्ली आम्हां सोयरीं वनचरें । पक्षी ही सुस्वरें आळविती ॥
येंणे सुखें रुचे एकांताचा वास । नाही गुण दोष अंगा येत ॥
आकाश, मंडप, पृथुवी, आसन । रमे तेथें मन क्रीडा करी ॥
कंथाकुमंडलु देहउपचारा । जाणवितो वारा अवसरु ॥
हरिकथा भोजन परवडी विस्तार । करोनि प्रकार सेवूं रुची ॥
तुका म्हणे होय मनासी संवाद । आपुला चि वाद आपणासि ॥

संसारातील तापामुळे उद्विग्न झालेली व्यक्ती निसर्गाच्या सान्निध्यात गेली असता त्याला मनःशांती प्राप्त होते. यासाठी संत, महात्मे, साधुपुरुष वनात, पर्वत, डोंगरांच्या सान्निध्यात किंवा नदी-समुद्राच्या किनाऱ्यांवर राहून तप, अनुष्ठान, ज्ञानसाधना करतात. तेथेच त्यांना ज्ञानप्राप्ती होते, ज्ञानाच्या कक्षा रुंदावतात, कवित्वाचे स्फुरण होते, अभिव्यक्तीची प्रेरणा होत असते. निसर्गाचे सान्निध्य व्यक्तीतील प्रतिभेच्या प्रकटीकरणासाठी अत्यंत आवश्यक आहे.

संत तुकारामांची अवस्था ही लौकिकदृष्ट्या दुरवस्था झाली होती. मन उदासीन झाले होते, संसारातील गोडी संपली होती, जीवन नीरस झाले होते. वैराग्यवृत्तीचा उगम झाला होता. या मनःस्थितीत महाराजांनी देहू गावाजवळील भंडारा डोंगराचा आश्रय घेतला होता. एकांतात मन गुंतविले होते, येथेच त्यांनी पूर्वासुरीच्या धर्मग्रंथांचे पठण, चिंतन, मनन केले होते. या सर्व उत्तम संस्कारांतून, त्यांच्या वाणीतून अभंगांचे सृजन झाले. त्याचे मूर्त स्वरूप *'संत तुकारामांची अभंग गाथा'* होय. यात वेद, उपनिषदे, भगवद्‌गीता, भागवत, ज्ञानेश्वरी, नामदेवाचे साहित्य यांतील ज्ञानामृताचा आविष्कार आढळतो. प्रस्तुत अभंगात भंडारा डोंगरावरील निसर्गसौंदर्याचे सुंदर वर्णन आढळते. भंडारा डोंगरावरील वनराईत त्यांनी वृक्षवेली आणि पक्ष्यांच्या सहवासात प्रभूचिंतन

केले. प्रभू भजन केले आणि मानवजातीला उपकारक होतील, अशा अभंगांची रचना केली.

भंडारा डोंगरावर विविध प्रकारचे वृक्ष आढळतात. हिरवेगार डोंगरमाथे आणि त्यावर आनंदाने डोलणाऱ्या वेली, झुळझुळणारा वारा, मनाला उल्हासाचा स्पर्श करीत गुंजन करीत वाहणारा वारा, पक्ष्यांची किलबिल आणि चिवचिवाट स्वर्गीय आनंदाचा अनुभव देणारे असतात. पहिल्या चरणात महाराज या सर्व नैसर्गिक आनंददायक घटकांचे वर्णन 'सोयरीं' या शब्दात करतात. जगातील दुसऱ्या कोणत्याही व्यक्ती बहुधा त्रासदायक असतात. परंतु, सोयरे कसे असतात? सोयरे येतात तेव्हा त्यांची वर्तणूक, आचरण सुखदायक असते. महाराजांच्या सोबत पत्नी किंवा इतर दुसरी व्यक्ती नाही. केवळ वृक्ष, वेली आणि पक्षी यांचीच सोबत आहे. ही सोबत मधुर आहे, सुसह्य आहे, तसेच आनंददायक आहे. पक्ष्यांचे सुस्वरातील गायन मनाला मोहित करणारे आहे. यामुळे महाराज म्हणतात, *'तेणे सुखे रुचे एकांताचा वास,'* हा एकांत महाराजांना सुखदायक वाटतो. पुढे महाराज म्हणतात, 'या एकांतामुळे *'नाही गुणदोष अंगा येत.'* डोंगरमाथ्यावरील निर्मळ वातावरणात कोणत्याही प्रकारचे गुणदोष स्पर्शसुद्धा करीत नाहीत. अल्हाददायक वातावरणाचा अनुभव, हा चित्ताला शुद्ध करणाराच असतो. निसर्गात प्रचंड सामर्थ्य असून उदासीन मनात नवीन चेतना निर्माण करण्याची शक्ती निसर्गात असते. डोंगरमाथ्यावर आकाश हेच छत्र असून, भूमी हेच आसन आहे. आकाश विशालतेचा अनुभव देते, तर भूमी दृढतेचा. विशाल मन आणि दृढता यांचा संगम झाला असता, ज्ञानाच्या कक्षा आपोआप विस्तारित होतात. आकाशाएवढे उच्च स्तराचे ज्ञान निर्मित होते. तसेच पृथ्वीसारखे निश्चयात्मक सुदृढ ज्ञान निर्माण होते. जशी पृथ्वीच्या पोटात अमूल्य संपत्ती आहे, तशीच सखोलता ज्ञानाला प्राप्त होते. म्हणून महाराजांच्या अभंगाची उंची आणि सखोलता दोन्ही अनुपम आणि अद्वितीय आहे. पृथ्वीच्या आसनावर बसून आणि आकाशरूपी मंडपाखाली बसून मन रमते आणि वाटेल तिथे क्रीडा करते.

देहाच्या आवश्यकतेच्या पूर्तीसाठी गोधडी आणि भोपळ्याचा कमंडलू एवढीच सीमित साधने आहेत. वेळेचे भान, वाहणाऱ्या वाऱ्यामुळे प्राप्त होते. अशा स्वर्गीय वातावरणात हरिकथेचे भोजन या सर्व उपरोक्त सोयऱ्यासोबत एका पंक्तीत विविध प्रकारे घेऊ, असेही महाराज म्हणतात. संत तुकाराम महाराज अभंगाच्या शेवटच्या चरणात म्हणतात, *'तुका म्हणे होय मनासी संवाद । आपुलाचि वाद आपणासि ।।'* अशा एकांतात मन हेच संवादासाठी उपलब्ध साधन आहे. मनाशी संवाद केव्हा होतो? चिंतन आणि मनन हाच मनाशी केलेला संवाद होय. अंतर्मनातून विचार मनन, चिंतनाच्या संस्कारातून आणि संवादातून जेव्हा प्रकट होतात, तेव्हा त्यातील ज्ञानाचे तेज अधिकच

उजळलेले असते. जेथे इतरांशी वाद संवाद नाही. परंतु, मनाशी, अंतरात्म्याशी, अंतरातील चेतनाशक्तीशी जेव्हा संवाद होतो, वादविवाद होतो, विचारमंथन होते, तेव्हाच त्या मंथनातून मधुर, अवीट गोडीचे पोषक, आल्हाददायक, ज्ञानवृद्धीकारक नवनीत निर्माण होते. एवढी उपलब्धी डोंगरावरील एकांतवासामुळेच प्राप्त होते. अशा कृतज्ञतेच्या भावनांची किनारही या अभंगातून दृष्टीस पडते.

☆☆☆

३७

वाराणसी गया पाहिली द्वारका । परी न ये तुका पंढरीचा ॥
पंढरीसी नाहीं कोणा अभिमान । पायां पडे जन एकमेकां ॥
तुका म्हणे जाय एक वेळ पंढरी । तयाचियें घरी यम न ये ॥

संत तुकाराम महाराजांनी रचलेल्या अभंगाची आणि उपलब्ध असलेल्या अभंगांची संख्या चार हजारांच्या वर आहे. सर्व उपलब्ध संग्रहित अभंगगाथांचे अवलोकन केले असता, चार हजार ब्याण्णव किंवा चार हजार दोनशे अशीही मान्यता आहे. अभंगातही चार चरणांचे अभंग सर्वाधिक आढळतात आणि तीन चरणांचे अभंग अभावानेच दिसून येतात. इतर पाच-सहा चरणांचेही अभंग आहेत. त्याहून अधिक चरण असलेल्या अभंगांची संख्याही कमीच आहे. प्रस्तुत अभंग तीन चरणांचा आहे. अभंग छोटा असला तरी फार महत्त्वपूर्ण अर्थाने भरलेला आहे.

प्रस्तुत अभंगात महाराज पंढरपूर आणि पंढरपूरच्या विठ्ठलाचे माहात्म्य तुलनात्मक अधिक आहे, असा भाव प्रकट करतात. त्यांच्या मोरे कुळात विठ्ठलभक्तीची परंपरा दिसून येते. महाराजांचे मूळ पुरुष विश्वंभरबाबा विठ्ठलभक्त होते. *'पंढरीची वारी आहे माझ्या घरी । आणिक न करी तीर्थव्रत'* या निष्ठेला अनुसरून उपरोक्त अभंग महाराजांनी रचला आहे.

भारतात अनेक धार्मिक स्थळे आणि तीर्थस्थळे आहेत. प्राथमिक स्वरूपात महाराजांनी वाराणसी, गया आणि द्वारकेचा उल्लेख प्रस्तुत अभंगात केला आहे. शिवशंकराची काशी (वाराणसी), श्रीकृष्णाची द्वारका आणि श्रीविष्णुपाद असलेले गया यांचे महत्त्व हिंदू धर्मावलंबी जनमानसांत फार आहे. महाराज अभंगांच्या पहिल्या चरणात म्हणतात काशी, द्वारका आणि गया मी पाहिली आहे. परंतु, पंढरपुराची सर कोणत्याही स्थळास येत नाही. वास्तविक पाहता सर्वत्र परब्रह्म, परमात्मा व्यापून

राहिला आहे. परंतु, पंढरपूरचे वैशिष्ट्य काय असावे, ज्यामुळे पंढरपूरची बरोबरी इतर क्षेत्रांशी होऊ शकत नाही? याचे उत्तर महाराजांनी अभंगाच्या दुसऱ्या चरणात दिले आहे. पंढरीत असणाऱ्या संतादिकांना अभिमान नाही. पंढरपूरला येणाऱ्या सर्व भाविक भक्तांमध्येही अभिमानाचा लवलेश नाही. वारकरी संप्रदायातील वारकरी वारी करतात. पंढरपुरी नियमाने येतात. वारी चुकवीत नाहीत. चंद्रभागेत स्नान करतात. स्वतःतील सर्व अभिमानाचे विसर्जन करतात. परस्परांना 'माउली-माउली' या नावाने संबोधन करतात. प्रत्येक वारकरी माउली होऊन जातो. चंद्रभागेमध्ये स्नान करीत असताना परस्परांना स्नानही घालतात. उच्च-नीच, श्रेष्ठ-कनिष्ठ, गरीब-श्रीमंत हा भेदभाव वारकऱ्यांच्या ठायी शिल्लकच नसतो. सर्वांप्रति समभाव आढळतो. समतेचे दर्शन त्यांच्या परस्पर वर्तणुकीतून घडत असते. आषाढी आणि कार्तिकीला पायी दिंड्या पंढरीची वाट चालू लागतात. मार्गक्रमण करीत असताना 'ज्ञानोबा तुकारामाचा' उद्घोष करीत एकत्रितरित्या सर्व प्रकारचे भेदभाव नाहीसे करीत, पांडुरंगाचे नामःस्मरण करीत समतेचा आदर्श सांभाळीत वारकरी मार्गक्रमण करतात. हा अपूर्व सोहळा असतो. दिंडीत अहंकाराचे विसर्जन झालेले आढळते. हे फार महत्त्वपूर्ण वैशिष्ट्य वारकरी संप्रदायाच्या दिंडीत दिसून येते. सर्व गर्व गळून पडतात. सर्वांच्या अंतःकरणात समानतेचा भाव ओसंडून वाहत असतो. आणखी एक दृश्य पाहावयास मिळते ते म्हणजे, वारकऱ्यांनी दुसऱ्या वारकऱ्यांच्या चरणास स्पर्श केला असता, तोही झुकून पहिल्याच्या पायाला स्पर्श करतो. हे अभूतपूर्व दर्शन जगाच्या पाठीवर कुठेही दिसून येत नाही. हे आचरण अहंकाराचे निराकरण झाल्याचे निदर्शक आहे. हे वारकरी संप्रदायाचे वेगळेपण आहे. हेच पंढरपूरचे वैशिष्ट्य आहे, जे इतरत्र कोणत्याही तीर्थक्षेत्रात आढळत नाही. याचे अप्रूप महाराज प्रस्तुत अभंगात व्यक्त करतात.

धर्मग्रंथातील संपूर्ण शिकवणीचा मथितार्थ शोधला असता, तो केवळ दोन शब्दात व्यक्त करता येतो. ते दोन शब्द अर्थात 'अहं सोडा.' एकदा का मानवाचा 'अहं' संपला की तो परमेश्वर प्राप्तीच्या मार्गावर चालू लागतो. हेच सर्व हिंदू धर्मग्रंथातील सार आहे. गंमत अशी आहे की, 'अहं' सुटतच नाही. त्यामुळे परमात्म्याच्या प्राप्तीच्या मार्गावर येणेच दुरापास्त होते. अहंकार परमात्म्याला मान्य नाही. हा विचार भगवान श्रीकृष्णाने गीतेत विस्ताराने वर्णन केलेला आहे. माणसाचा सर्वात मोठा दुर्गुण अहंकार असून तो त्याच्यातील सर्व सद्गुणांचा मारक आहे. त्याचप्रमाणे एकदा का अहंकार निखळून गेला की, सर्व सद्गुणांचे आगमन माणसाच्या व्यक्तिमत्त्वात निश्चितपणे होईल. अहंकार हा सर्व दुर्गुणांचा जन्मदाता आहे. त्याची संगत सोडणे आणि व्यक्तिमत्त्वात विनम्रता बाणवणे, हेच आवश्यक आहे. वारकरी विनम्रतेचे उत्तम प्रदर्शन करतात. वारीत आणि पंढरपुरात व्यक्त होणारा हा विनम्रतेचा भाव गावी परतल्यानंतरही सहज भाव बनला

असता वारीचे सार्थक झाले, असेच मानले पाहिजे. कोणताही भाव सवयीने वाढत जातो हेही तितकेच खरे आहे. कारण 'पडले वळण इंद्रिया सकळा,' असे यासाठीच मानले जाते. हे वळण दैनंदिन जीवनाच्या आचरणाचा भाग बनला पाहिजे.

तिसऱ्या चरणात महाराज म्हणतात, *'जाय एक वेळ पंढरी.'* यासाठी की विनम्रता अंगी बाणावी, अहंकाराचे विसर्जन व्हावे, म्हणून प्रत्येक व्यक्तीने जीवनात एकदा तरी दिंडीत सामील होऊन पंढरपूरची वारी करावी, पंढरपुरात प्रवेश करावा, असे महाराज सुचवितात. वारीचा अनुभव तर आध्यात्मिक क्षेत्रातील अनुपम आनंदाची प्रचिती देणारा आहे. संसाराच्या तापातून काही दिवसांसाठी तरी मुक्त करणारा शांतीचा अनुभव देणारा आहे. दिंडीत, भजनात, नामःस्मरणात रममाण होऊन, दंग होऊन नाचणारा, गाणारा, परस्परांना आलिंगन देणारा, परस्परांच्या पायाला स्पर्श करणारा वारकरी पाहणे हा डोळ्यांचे पारणे फेडणारा अनुभव असतो. प्रत्येक वारकरी माउलीमय होऊन जातो. या दिंडीतील वारकऱ्यांचे तल्लीन भाव, संसाराच्या विस्मरणाचे आविर्भाव टिपण्यासाठी साक्षात पांडुरंग निश्चितच पंढरपुरात प्रकट होत असणार, अशी माझी भावना आहे. भक्तीचा हा सोहळा, भक्तांचे पांडुरंगमय होणे, हेच पंढरपूरचे अवर्णनीय वैशिष्ट्य असते.

अभंगाच्या तिसऱ्या चरणाच्या शेवटी म्हणतात, पंढरपूरची वारी करणाऱ्यांच्या घरी यमराज येत नाही. याचा भावार्थ असा की, अशी व्यक्ती जन्म-मृत्यूच्या फेऱ्यातून मुक्त होते. पंढरपूरची वारी, एकवेळ तरी पंढरपुरी जाऊन विठोबाच्या चरणावर माथा टेकवणे, हेच जीवनमृत्यूच्या फेऱ्यातून मुक्त होण्याचे प्रभावी साधन आहे. ती व्यक्ती यमाच्या मृत्यूपाशातून कायमची मुक्त होऊन जाते. त्याची वारी त्याला विठुरायाच्या वैकुंठाकडे घेऊन जाईल. अशी व्यक्ती कायमची पंढरीनाथाच्या वैकुंठाकडे गमन करील, मोक्ष प्राप्त करील. मोक्षप्राप्ती हेच मानवी जीवनातील उच्चतम ध्येय असून पंढरपूर या भू-वैकुंठाला जाणारा मार्गच विठ्ठलाच्या वैकुंठाला निश्चितच घेऊन जाणारा आहे, अशी श्रद्धा मनी बाळगावी. वैकुंठ हे असे स्थान आहे, जिथे कोणत्याच स्वरूपात कुंठा नाही. परमशांतीचे शाश्वत ठिकाण म्हणजे वैकुंठ होय. यासाठी पावलांना पंढरीची वाट दाखवावी. 'पाउले चालती पंढरीची वाट' या भजन कीर्तनात देहभान विसरून पंढरपुराकडे एक वेळ तरी प्रस्थान करावे. या मार्गावर वाटचाल करणे, हेच श्रेष्ठ आहे, हा विश्वास सदोदित अंतःकरणात जपावा.

☆☆☆

३८

मन करा रे प्रसन्न । सर्व सिद्धीचें कारण ।
मोक्ष अथवा बंधन । सुख समाधान इच्छति ॥
मनें प्रतिमा स्थापिली । मनें मना पूजा केली ।
मनें इच्छा पुरविली । मन माउली सकळांची ॥
मन गुरू आणि शिष्य । करी आपुलें चि दास्य ।
प्रसन्न आपआपणांस । गति अथवा अधोगति ॥
साधक वाचक पंडित । श्रोते वक्ते ऐका मात ।
नाही नाही आनुदैवत । तुका म्हणे दुसरे ॥

माणसाचे मन चंचल आहे. परिणामतः अस्थिरही आहे, यामुळे ते अशांत असते. विचारांचे काहूर मनात सतत घोंघावत असते. असे मन नियंत्रित होणे अवघड आहे. मनाची प्रसन्नता साधणे तर अतिकठीण कर्म होय. मनात चिंता असते, चिंता प्रसन्नतेला बाधक असते. अशांततेचेही कारण असते. ज्याला मनाची प्रसन्नता लाभली किंवा प्रसन्नता साध्य करता आली, त्याला सर्व सिद्धी प्राप्त होतात. जीवनात दुसरे काही साध्य करण्याचे शिल्लक उरत नाही. महाराज हा विचार पहिल्या चरणात प्रस्तुत करतात.

वेद, उपनिषदांत मन हे मोक्ष आणि बंधनाचे कारण मानले आहे. *'मन एवं मनुष्यां ना कारण बंधन मोक्षयो'* या विचाराचा उद्‌घोष उपनिषदात आढळतो. मनाचे महत्त्व फार आहे. मोक्षप्राप्तीही मनाच्या स्वास्थ्यावर अवलंबून आहे. आनंदी मन, हे मोक्षप्राप्तीचे साधन आहे. यासाठी मनात कसलाही मोह किंवा आसक्ती असता कामा नये. मोहग्रस्त मन हे बंधनात अडकते. परिणामतः मोक्षाच्या प्राप्तीत अडथळे निर्माण होतात. म्हणून मोह आणि आसक्तीचा त्याग केल्याशिवाय मनाला प्रसन्नता लाभू शकत नाही. मोहाचा विकार दूर झाल्याशिवाय, मनाचे आरोग्य साध्य होत नाही. निरोगी मनात प्रसन्नतेचा

वास आढळतो. निरोगी मन स्वतःच्या अनुकूल असते. ज्याचे सुपरिणाम जीवनात घडून येतात. रोगग्रस्त मन प्रतिकूलतेला आमंत्रित करते. प्रतिकूलतेमुळे इच्छेनुरूप परिणाम प्राप्त होत नसतात. सुख आणि समाधान या मनाच्या अवस्था आहेत. या अवस्था मनोव्यापाराशी संबंधित असतात. मनात जी प्रचंड उलथापालथ चालू असते, त्यावर नियंत्रण स्थापित झाल्याशिवाय मनोजय प्राप्त होत नाही. मनावर ताबा झाला की, इंद्रियांवर ताबा प्राप्त होतो. इंद्रियांवर नियंत्रण झाले की, विषयाची बाधा संपुष्टात येते आणि मनाला सुखाची, समाधानाची अनुभूती होऊ लागते.

देवाची मूर्ती एक पाषाण तर असते. त्याला घडविले जाते. मंदिराच्या गाभाऱ्यात स्थापित केले जाते, त्यातून देवाची प्रतिमा डोळ्यासमोर साकारते. माणसाचे मन या मूर्तीत देवाच्या अस्तित्वाची कल्पना करते. दगडाच्या मूर्तीत देवाचे अस्तित्व मानणे, हा मानवी मनाचा कल्पनाविलास आहे. प्रतिमा अर्थात मूर्तींना देवत्व मनामुळेच प्रदान केले जाते. तेव्हाच मनोभावे मूर्तिपूजा केली जाते. भक्तीची उत्पत्ती मनातच होते. 'मी देवभक्त आहे,' हा विचार मनात रुजतो, अंकुरित होतो आणि मनरूपी पृष्ठभूमीवर भक्तीचा वृक्ष बहरतो. मनातील देवाची पूजा जेव्हा केली जाते, तेव्हा मनच मनाची पूजा करीत आहे, असा भाव प्रकट होतो. ही पूजा आणि भक्तीद्वारे मनाच्या सर्व इच्छांची पूर्ती होते. यालाच 'मनोकामना सिद्धी', असे म्हणावे. तुकाराम महाराज मनाला माउलीच्या रूपात पाहतात. 'मन माउली सकळांची,' सर्व मानवमात्रांचे मन हेच संबंधित सर्वांची माता आहे. मनातच माउलीच्या प्रेमाचा आविष्कार होतो आणि प्रेमाची अनुभूती होते.

त्याचप्रमाणे गुरू-शिष्य या नातेसंबंधात महाराज म्हणतात, 'मनच गुरू आहे आणि मनच शिष्य आहे. एखाद्या व्यक्तीला गुरू मानणे, हे मनाचेच कार्य आहे. तसेच स्वतःला शिष्य समजणे, हेही मनच करीत असते. याचा अर्थ असा आहे की मनच मनाची सेवा करते. गुरू-शिष्य असे द्वैत बाह्य स्वरूप आढळत असतानाही गुरू-शिष्य या दोन्ही संकल्पनांची उत्पत्ती ही मनाचीच उपज आहे, निर्मिती आहे.' मनमंदिरात गुरू आणि शिष्य या दोघांचे एकत्रित वास्तव्य घडत असते. त्यामुळे गुरूपूजा तेथे साकारते. ही पूजा मनाने मनाचीच पूजा केली, असे निरूपण महाराज, 'मन गुरू आणि शिष्य । करी आपलेचि दास्य' या शब्दांत करतात.

या पूजेतून प्राप्त होणारी प्रसन्नता हीच मनाची उपलब्धी आहे. ही पूजा हाच परमार्थही होय. परमार्थाची अनुकूलता आणि प्रतिकूलता यावरच सद्‌गती अथवा अधोगती प्राप्त होते. मनाच्या अनुकूल परमार्थ झाला असता सद्‌गती प्राप्त होते आणि परमार्थातील मनाची प्रतिकूलता अधोगती करते. एवढे प्रचंड सामर्थ्य मनाचे आहे.

शेवटच्या चरणात, *'साधक वाचक पंडित । श्रोते वक्ते ऐका मात,'* अर्थात त्यांचे म्हणणे ऐकून घ्या, असे उपरोक्त व्यक्तींना उद्देशून महाराज सांगतात की, मन हेच

सर्वश्रेष्ठ दैवत आहे. *'नाही नाही आनुदैवत । तुका म्हणे दुसरे'* अर्थात दुसरे अन्य दैवत नाहीच. माणसाचे मन हेच दैवत असून या दैवताला प्रसन्न ठेवण्याची कला, अभ्यास साध्य करा, म्हणजे सर्व प्रकारच्या सिद्धी तुमच्या पुढ्यात हात जोडून उभ्या राहतील म्हणून *'मन करा रे प्रसन्न । सर्व सिद्धीचे कारण.'*

सर्व सिद्धी प्राप्त करण्याचे साधन मनाची प्रसन्नता हे उमगले. परंतु, मन प्रसन्न कसे करावे? हा प्रश्न शिल्लक उरतो. मनाची महानता या अभंगातून स्पष्ट झाली आहे. मन प्रसन्न करण्यासाठी कोणते उपाय योजले पाहिजेत? सर्वप्रथम मनाची अप्रसन्नता कशामुळे निर्माण होते? या प्रश्नावर प्रकाश टाकला तर उपायांचा शोध घेता येईल.

आधुनिक काळातील जीवनशैली कशी आहे? आधुनिक जीवन कमालीचे स्पर्धात्मक बनले आहे. परिणामतः धावपळ हे जीवनाचे वैशिष्ट्य बनले आहे. धावपळ जीवनात ताणतणाव निर्माण करते. जीवनातील निश्चिंतताही संपुष्टात येते. तणावग्रस्त जीवन, हे जीवनशैलीचे प्रमुख लक्षण बनले आहे. आधुनिक सुखसोयी प्राप्तीचा हव्यास, धनसंग्रहाची लालसा आणि अत्यंत कमी वेळात झटपट गर्भश्रीमंत होण्याची महत्त्वाकांक्षा मानवातील चिंतारोगाची प्रमुख कारणे आहेत. याचा परिणाम हा मनाची प्रसन्नता हरवून बसण्यात निश्चितच होत असतो. मनाची प्रसन्नता नष्ट होण्याचे कारण जशी चिंता आहे, तसेच भयही आहे. असुरक्षिततेची कल्पना भयनिर्मिती करते. भय आणि चिंता ही जुळी भावंडेच म्हटली पाहिजेत. ती हातात हात घालूनच प्रकट होत असतात. आधुनिक जीवनशैलीचे वर्णन धकाधकीचे जीवन, असेही होऊ शकते. याचे दुष्परिणाम मनाची शांती, मनाची प्रसन्नता गमावण्यात झाली आहे. मनाची प्रसन्नता प्राप्त करण्यातील अडचणींचा परामर्श घेताना वाढत्या गरजा, अधिक अपेक्षा आणि त्यांच्या पूर्ततेसाठी अंगीकारलेली व्यग्रता किंवा व्यस्ततेमुळे जीवनातील आनंद वैयक्तिक, कौटुंबिक, पारिवारिक आणि सामाजिक पातळीवर अनुभवण्यापासून आजचा माणूस वंचित झाला आहे, हेच जीवनाचे वास्तव आहे. अशा परिस्थितीत मन प्रसन्न कसे ठेवावे? हा कळीचा मुद्दा आहे. पहिला उपाय आहे, नैसर्गिक जीवनाची कास धरणे. अर्थात निसर्गाच्या सान्निध्यात अधून मधून काही काळ स्वतःच्या कुटुंबासमवेत घालविणे. नंबर दोन अधून मधून पर्यटन स्थळांना भेटी देणे. काही काळ अशा रम्य स्थळी व्यतीत करणे, ज्यायोगे उत्तम आरोग्य प्राप्तीसोबतच नवा उत्साह, नवी ऊर्जा प्राप्त होते. जीवनातील समस्यांवरून काही काळ तरी मन मुक्त होते. जीवन ही समस्या आहे, हा दृष्टिकोन मुळातूनच बदलला पाहिजे. जीवन एक रहस्य आहे आणि उलगडण्याचा प्रयत्न करणे, हा जीवनाचा योग्य अर्थ आहे. ज्यामुळे जगण्यातील आनंदाची प्राप्ती होते. तिसरा मुद्दा, आहार आणि विहार, शुद्ध सकस आहार आणि निश्चिंत विचारसरणी, शारीरिक आणि

मानसिक आरोग्याला सुरक्षित करीत असते. संगीत ऐकण्यानेही मनावर सुपरिणाम होत असतात. परमेश्वराचे चिंतन नाम:स्मरण, भजन, गायन, श्रवण आणि सत्पुरुषाचा सहवास, यामुळेही मनाची प्रसन्नता लाभू शकते. जीवनात आध्यात्मिक विचारांनाही मौलिक स्थान प्राप्त आहे. यासाठी आध्यात्मिक विषयासंबंधी ग्रंथांचे वाचन, सत्पुरुषांच्या जीवनचरित्राचे वाचन आणि सकारात्मक विचारांचा स्वीकार मनाच्या प्रसन्नतेला पूरक घटक आहेत.

आधुनिक काळातील माणूस शारीरिक आणि मानसिक दृष्टीने रुग्ण आहे. भौतिक सुखाच्या साधनांची रेलचेल असूनही त्या सुखाच्या उपभोगालाही तो व्याधीमुळे पारखा झालेला दिसून येतो. मधुमेह, रक्तदाब, त्वचारोग, हृदयरोग आदी अनेक रोग अल्पवयाच्या व्यक्तीतही आढळत आहेत. खाण्यापिण्यास भरपूर असूनही भुकेची वानवा आहे. आरामदायी पलंग आणि गाद्यांचा सुकाळ असूनही झोपेचा दुष्काळ आहे. चित्तातील अस्वस्थता ही निद्रेचा कर्दनकाळ आहे. रात्र-रात्र या कुशीवरून त्या कुशीवर तळमळणाऱ्या, झोपेची प्रतीक्षा करणाऱ्या श्रीमंत व्यक्तींची अवस्था दयनीय आहे. झोपेच्या गोळ्यांनीही काम भागत नाही. दवाखान्यांची वाढती संख्या, दवाखान्यात येणाऱ्या, रुग्णालयांचे उंबरठे झिजविणाऱ्या रुग्णांची प्रचंड संख्या ही चिंतेची बाब आहे.

पूर्वी माणूस समाधानी होता, अल्पसंतुष्टही होता. शारीरिक, मानसिकदृष्ट्या आरोग्य संपन्न होता. परस्पर प्रेमभाव आत्मीयता असलेला परोपकारी होता आणि हास्यविनोदाने परिपूर्ण होता. सांप्रत शतकातील माणसाचे हास्य हरवले आहे. याबद्दलचे सर्वेक्षण उपलब्ध आहे. पूर्वीच्या तुलनेत पंधरा ते वीस टक्के हास्य शिल्लक आहे. हसण्यासाठी हास्य क्लबमध्ये जावे लागते आणि हे मानवाचे दुर्दैवच होय. मनाची प्रसन्नता साध्य करावयाची असल्यास परस्परप्रेमाची वृद्धी, इतरांविषयी जिव्हाळा यांची वाढ होणे आवश्यक आहे.

महाराजांनी शेवटच्या चरणात 'साधक, वाचक, पंडित, श्रोते, वक्ते' आदी समस्त मानव जातीला सावधान करताना म्हटले आहे, *'नाही नाही आनुदैवत । तुका म्हणे दुसरे'* अर्थात मन हेच दैवत आहे. या दैवताला स्वस्थ ठेवा, त्याची योग्य मशागत करा, देवाची भक्ती करता तशी स्वतःच्या मनाची सेवा करा, अर्थात मनालाच सुदृढ सुस्थित करा, प्रसन्न करा म्हणजे सर्व सिद्धींची प्राप्ती निश्चित होईल. मनाकडे दुर्लक्ष याचा अर्थ 'तुझे आहे तुजपाशी' याविषयीचे अज्ञानच होय. आधुनिक वैद्यकशास्त्राकडे मन प्रसन्न करणारे औषध नाही. औषधे रोगावर आहेत, पण त्यांचे दुष्परिणामही आहेत. एक आजार कमी होतो तर दुसरे तीन-चार आजार उत्पन्न होतात. विज्ञानाकडे शरीराचे औषध आहे, मनाचे नाही. अध्यात्माकडे मनाचा उपाय आहे. शरीर आणि मन दोन्ही स्वस्थ हवेत. त्यासाठी विज्ञान आणि अध्यात्माची सांगड घालणे आवश्यक आहे. तेव्हाच मनाच्या प्रसन्नतेचा लाभ होईल.

☆☆☆

३९

याचसाठी केला होता अट्टहास । शेवटाचा दिस गोड व्हावा ॥
आतां निश्चिंतीनें पावलो विसांवा । खुंटलिया धांवा तृष्णेचिया ॥
कवतुक वाटे जालिया वेचाचें । नांव मंगळाचें तेणें गुणें ॥
तुका म्हणे मुक्ति परिणिलि नोवरी । आतां दिवस चारी खेळीमेळीं ॥

संत तुकाराम महाराजांचा हा अत्यंत सखोल अर्थाने ओतप्रोत असा एक सुंदर अभंग आहे. गाथेतील अनेक अभंग वर वर पाहता साधे, सरळ, सोपे वाटतात. त्यात खोलात शिरले असता नवनवीन अर्थ प्राप्त होतात. महाराजांच्या अभंगावर कीर्तनकार तीन-चार तास निरूपण करीत असतो. वेदांताचा अभ्यास असणाऱ्या विद्वानास अभंगात अत्यंत विशाल आणि विस्तृत अर्थ आढळतो. सर्वसामान्यांना अभंगाचा व्यवहाराच्या पातळीवरचा अर्थ लक्षात येतो. त्यांना अर्थ समजावण्यासाठी कीर्तनकार दृष्टांताचा आश्रय घेत असतात. ज्याची जशी योग्यता तसे तात्त्विक आकलन अभंगातून होते. उपरोक्त अभंगात जीवनाचे तत्त्वज्ञान आहे. जीवनात काय प्राप्त झाले असता जीवन सार्थक झाले, याचा विचार हा या अभंगाचा गाभा आहे.

पहिल्या चरणातील 'अट्टहास' हा शब्द अत्यंत महत्त्वपूर्ण आहे. अट्टहास म्हणजे जिद्दयुक्त प्रयत्न. प्रयत्नांची पराकाष्ठा होय. याच्यासाठीच जीवनभर साधना केली, तप केले, अनुष्ठान केले, परिश्रम केले. याजसाठी अर्थात याच्यासाठी. याच्यासाठी म्हणजे कशासाठी? हा प्रश्न आणि त्याचे उत्तर समजून घेणे आवश्यक आहे. माणूस जन्मभर कष्ट उपसतो, अट्टहास करतो. अर्थात हट्ट करतो किंवा काहीतरी प्राप्तीसाठी निश्चयात्मक कार्य करतो. ज्या कार्याला तत्त्वज्ञानाच्या, अध्यात्माच्या भाषेत 'साधना' म्हणतात. साधकाचे प्राप्तव्य काय आहे? सर्वसाधारण माणसाचे लक्ष्य काय असते? या प्रश्नांचाही अनुषंगाने आणि गांभीर्याने विचार करणे आवश्यक आहे.

पहिल्या चरणाच्या उत्तरार्धात महाराज याचे उत्तर देताना म्हणतात, *'शेवटाचा दिस गोड व्हावा.'* प्रत्येक माणसाच्या जीवनात शेवटचा दिवस आणि शेवटचा क्षण निश्चित येत असतो. मर्त्य प्राण्याचे जीवनातील अंतिम सत्य मृत्यू आहे. तो येण्यापूर्वीच्या क्षणात किंवा तो नियोजित दिवस कसा असावा? कसा व्हावा? तो क्षण गोड व्हावा, असे महाराज म्हणतात. 'इन्सान की जिंदगी की सुबह कैसी भी हो, शाम सुहानी होनी चाहिए,' असे म्हटले जाते. 'सुहानी' याचा अर्थ सुंदर, मधुर किंवा गोड होय. अंतकाळाच्या क्षणी शेवट गोड व्हावा, अशी सर्वसाधारणपणे सर्वच मानवांची स्वाभाविक अभिलाषा असते. गोड होणे म्हणजे काय? संपूर्ण आयुष्यभर जे ध्येय उराशी बाळगले, ज्या ज्या प्राप्तीसाठी खटपटी केल्या, धावपळ केली, शरीर झिजविले ते जर प्राप्त झाले तर शेवटचा दिवस गोड झाला, असे म्हणता येते, अन्यथा नाही. महाराजांना शेवटच्या क्षणी काय प्राप्त व्हावे, अशी अपेक्षा आहे? प्रत्येक व्यक्तीला आयुष्यभराच्या धावपळीनंतर विश्राम हवा असतो, शांतता हवी असते, मधुरतेने भरलेली आत्मिक तृप्ती हवी असते. ही तृप्ती हीच जीवनाची सर्वश्रेष्ठ कमाई किंवा उपलब्धी आहे. ज्याचा परिणाम आत्मानंद असतो.

आत्मानंद केव्हा प्राप्त होतो? जेव्हा आत्मबोध होतो. आत्मबोधाचा परिणाम काय? आत्मबोधाद्वारे परमात्मबोध होण्यास विलंब लागत नाही. याचा परिणाम अर्थातच मोक्षप्राप्ती. मुक्ती म्हणजे जीवन मृत्यूच्या बंधनातून बंधमुक्ती मिळणे. ही मुक्ती प्राप्त होणे हेच जीवाचे, विश्रामाचे स्थान किंवा विसाव्याचा अनुभव आहे.

मानवी जीवन हे भय आणि चिंता या दोन चाकांच्या जीवनरथातून गतिमान होत असते. या रथाची प्रेरणा आसक्ती किंवा तृष्णा असते. मोह, आसक्ती किंवा तृष्णा हेच दुःखाचे मूळ आहे. तृष्णा कधी संपतच नाही. त्यामुळे दुःखाची पाऊलवाटही संपतच नाही. हा सर्वसाधारण व्यक्तीच्या जीवनाचा अनुभव असतो. महाराज येथे साधकासंबंधी बोलतात. साधकाने साधनेमध्ये जीवन व्यतीत केले, मोह, आसक्ती आणि तृष्णेचे पाश तोडण्याची पराकाष्ठा केली. याचा परिणाम साधकाला निश्चिंती प्राप्त होण्यात आणि आत्मिक शांती प्राप्त होण्यात झाला असता, त्याचा शेवटचा दिवस गोड झाला, अशी जीवनसफलता प्राप्त झाली, असे मानले पाहिजे. कोणत्याही व्यक्तीच्या जीवनात अचानकपणे शेवटचा गोड दिवस उगवत नसतो. आयुष्यभर 'माझे माझे' किंवा 'हे हवे, ते हवे' आणि 'सर्व काही हवे' असे हव्यासपूर्ण जीवन जगणाऱ्याचा शेवटचा दिन, शेवटचा क्षण गोड कसा होईल? शेवटच्या क्षणी ही जीवनाची आसक्ती, मोह आणि अतृप्त इच्छा शिल्लक असताना निश्चिंती कशी प्राप्त होईल? तृष्णांची समाप्ती तेव्हाच होऊ शकते, जेव्हा आयुष्यभर तृष्णांची क्रमाक्रमाने त्याग करण्याची सवय लागेल. मनाला निर्मोही करण्याची सवय जडली पाहिजे आणि चित्तवृत्ती अनासक्त झालेली

असली पाहिजे. ही साधना निरंतर केल्याशिवाय तृष्णापूर्तीसाठी कराव्या लागणाऱ्या धावा अर्थात धडपड थांबणार नाही. यासाठी जीवनभर संसारात राहून संसारात लीन न होता जीवन कंठणे आवश्यक आहे. संपूर्ण विश्रांतीचा अनुभव साधना मार्गावरील सातत्यपूर्ण वाटचालीमुळेच प्राप्त होतो. धावपळ करणारे मन शेवटच्या क्षणीही विचलित असते, अस्थिर असते, अशांत असते, तेव्हा विश्रामप्राप्ती अशक्यप्रायच आहे.

साधना उपरान्त अशी अवस्था ज्ञानप्राप्तीनंतर होते. ज्ञानप्राप्ती म्हणजे आत्मज्ञान. साधना मार्गावर चालण्याचा परिणाम आत्मज्ञानप्राप्ती आहे. हे ज्ञान प्राप्त झाले असता, इतर कोणतेही प्राप्तव्य शिल्लक राहत नाही आणि अशा व्यक्तीस कोणतेही कर्तव्य, कर्म शिल्लक राहत नाही. कर्तव्य शिल्लक नसणारी अवस्था ही धन्यता प्राप्तीची अवस्था होय. या अवस्थेत साधकाच्या मुखातून 'मी धन्य आहे, मी धन्य झालो,' असे उद्‌गार बाहेर पडतात. महाराज हाच मनोभाव अभंगाच्या पहिल्या दोन चरणात व्यक्त करतात.

तिसऱ्या चरणात महाराज म्हणतात, *'कवतुक वाटे जालिया वेचाचें । नाव मंगळाचे तेणें गुणें.'* साधक स्वतःच्या आयुष्यातील प्रत्येक क्षण अत्यंत काळजीपूर्वक व्यतीत करतो. ज्याचा परिणाम आत्मज्ञानात होतो. आत्मा हा मंगळ, पवित्र आहे तो साधकाला गवसला, यापेक्षा जीवनाचे उच्चतम ध्येय काय असू शकते? महाराजांनी आयुष्यभर हरिनामाचे संकीर्तन केले. अहोरात्र एक क्षणही व्यर्थ न दवडता हरिनामाचे चिंतन केले. शरीराच्या रोमारोमांतून हरिनामाचे स्पंदन घडून आले. हेही कौतुक वाटण्यासारखेच कर्म आहे. हरिनामापेक्षा मंगळ दुसरे काहीच नाही. नामःस्मरणाचा ध्यास घेतला आणि त्याचा सुपरिणाम 'हरी माझा झाला, मी हरीचा झालो' अशी कृतार्थतेची भावना महाराज अभंगाच्या तिसऱ्या चरणात व्यक्त करतात.

अभंगाच्या शेवटच्या चरणातील महाराजांचा कल्पनाविलास अत्यंत उच्च कोटीचा आहे. सखोल आशयाने भरून आहे. त्या आशयाला समजून घेणे, बुद्धीला ताण देणे आवश्यक आहे. वरवरचा अर्थ काढणे उपयोगाचे नाही. सखोल अर्थाचा शोध घेणे महत्त्वपूर्ण आहे. शेवटच्या चरणात महाराज जीवाचा आणि मुक्तीचा संबंध किंवा मिलन खालील शब्दात करतात.

'तुका म्हणे मुक्ति परिणिली नोवरी । आता चार दिवस खेळीमेळीं ॥'

साधकाला मुक्ती प्राप्त झाली असता, मुक्तीचा आणि साधकाचा संबंध वर्णन करताना महाराज दांपत्य जीवनाची उपमा देतात. *'मुक्ती परिणिली नोवरी'* यात मुक्ती या नवरीची विवाह झाला अशी कल्पना महाराज करतात. संसारातील सर्व नातेसंबंधांपेक्षा पती-पत्नी हे नाते सर्वार्थाने आगळे वेगळे आहे. पती आणि पत्नी यांचे नाते एकरूपतेचे आहे. पत्नी ही पतीची अर्धांगिनी म्हटली जाते. पुरुष आणि स्त्री दोन्ही एका शरीराचे अर्धे अर्धे

अंग व्यापतात. तेव्हा अर्धांगिनीचे स्वरूप प्राप्त होते. शिवपार्वती हे याचे उदाहरण या दृष्टीने समर्पक उदाहरण होय. शिवाचे एक रूप अर्धनारी-नटेश्वराचे आहे. पती-पत्नीचे हे स्वरूप एकात्मतेचे आहे. अद्वैत भावाचे आहे. पती-पत्नी यांच्यातील द्वैत संपणे, हे आदर्श दांपत्य जीवन होय. या शेवटच्या चरणात महाराजांनी लौकिक जीवनातील उदाहरण स्पष्ट केले आहे. परंतु, येथे पती-पत्नीचे रमण किंवा समागम लौकिक अर्थाने नाही. हे मीलन मुक्ती आणि जीवन यांचे अलौकिक आणि दिव्य आहे. येथे दोघे नाहीतच. द्वैताची समाप्ती असून मुक्तीशी ऐक्यभाव निर्माण झालेला आहे. अर्थात ही अवस्था म्हणजे स्वतः स्वतःशीच रममाण होणे होय. मी माझ्याशीच रममाण झालो आहे, कारण मुक्ती माझ्यापासून वेगळी नाहीच. ज्याप्रमाणे शिवपार्वती अभिन्न आहेत, तसे मुक्तीशी स्वतःच्या संबंधांची कल्पना महाराज येथे करतात. चौथ्या चरणाच्या उत्तरार्धात महाराज म्हणतात, 'आता दिवस चारी खेळीमेळीं.' जोपर्यंत हा संबंध अर्थात स्वतःमध्ये रममाण असणे, हा अनुभव जेवढे चार दिवस प्राप्त आहेत ते खेळीमेळीत आनंदाच्या डोहात डुंबत क्रीडा करण्यात व्यतीत करीन, असा भाव महाराज येथे प्रकट करतात. आत्मानंदाची अनुभूती घेत राहीन, असा मनोदय इथे व्यक्त झालेला आहे.

संपूर्ण अभंगाचा सारांश असा आहे की संपूर्ण आयुष्य वासनांवर विजय प्राप्त करण्यासाठी घालविला. काम, क्रोध, मोह, लोभ, मत्सर, ईर्षा या सर्व षड्रिपुंवर जय प्राप्त करण्यात जीवन व्यतीत केले. जितेंद्रिय होण्यासाठी अपार कष्ट सोसले, म्हणून हा शेवटचा सोनेरी दिवस उगवला आहे. जीवनातील सर्वोत्तम प्राप्ती, हरिप्राप्तीसाठी हट्ट केला, जिद्द केली. शेवटचा क्षण भयमुक्त, चिंतामुक्त, तृष्णामुक्त व्हावा, यासाठी धावाधाव केली आणि त्याचा सुपरिणाम म्हणून निर्भयता प्राप्त झाली. जिथे निर्भयता तिथे सुख, शांती, आनंद आणि तृप्ती. निर्भयता मनाची निर्मळता आणि चित्ताची शुद्धता हीच साधनेची उपलब्धी आहे. ही जीवनसाधना अंतिम श्वासापर्यंत सातत्याने टिकविणे, हाच मानवी जीवनातील अट्टहास होय. अट्टहासामुळे जीवनात सुंदर, मधुर, शांत आणि शीतल चांदण्याचे अवतरण होते. त्याचा अल्हाददायक, गोड अनुभव हाच कृतार्थ जीवनाचा मथितार्थ होय.

☆☆☆

४०

आम्हां घरी धन शब्दांचीच रत्ने । शब्दांचीच शस्त्रें यत्नें करू ॥
शब्दचि आमुच्या जीवाचे जीवन । शब्दें वाटू धन जन लोका ॥
तुका म्हणे पाहा शब्दचि हा देव । शब्देंचि गौरव पूजा करू ॥

संत तुकाराम महाराजांचा हा छोटा तीन चरणांचा अत्यंत सुप्रसिद्ध अभंग आहे. शब्द हेच आमचे भांडवल, धनसंपत्ती आहे, त्याचेच आम्ही जनलोकांत वाटप करू. शब्दांचा महिमा प्रस्तुत अभंगात महाराजांनी गायला आहे.

जीवसृष्टीत एकमेव प्राणी असा आहे, ज्याला बोलता येते. मानवास वाचाशक्ती आणि हाताचा अंगठा या दोन वैशिष्ट्यपूर्ण देणग्या निसर्गाकडून प्राप्त आहेत. शिवाय प्राप्त बुद्धीचा विकास करण्याचे मानवाचे सामर्थ्य अद्वितीय आहे. पशुपक्षी आवाज करतात, त्यांच्या आवाजाचेही अर्थ असतात. ती त्यांची भाषा मानली जाते. पशुपक्षी त्यांच्या आवाजांना शब्दांचे रूप देऊ शकत नाहीत. ही त्यांची अमूर्त भाषा होय. निसर्गतः त्यांच्याकडे भाषेस मूर्त स्वरूप देण्याची पात्रता नाही. परंतु, मानवप्राणी आवाज करीत-करीत बुद्धिसामर्थ्याच्या जोरावर आवाजाचे रूपांतर स्वर आणि व्यंजनात करू शकला. स्वर आणि व्यंजनाची जुळवाजुळव करून अक्षरांची जोड करून शब्द बनले. शब्दाची परस्पर बांधणी करीत भाषारूपी माला तयार झाली. शब्द हे ज्ञानप्राप्तीचे माध्यम आहे. वेदांचे ज्ञान परमात्म्याकडून मानवाला प्राप्त झाले, जिथे जी भाषा विकसित झाली होती, तिथे त्या भाषेत दैवी कृपेतून ज्ञान प्राप्त झाले, अशी श्रद्धा आहे. भारतात वैदिक भाषा, संस्कृत ज्ञान ऋषीमुनींना ध्यानावस्थेत परमेश्वराकडून प्राप्त झाले. जिथे जी भाषा विकसित झाली होती, तिथे ती भाषा बोलीभाषा बनली. संस्कृत भाषेला देवभाषा म्हणतात. संस्कृत भाषा ही अनेक भाषांची जननी मानली जाते. प्राप्त ज्ञान स्मृतीमध्ये साठवले गेले. पिढ्यान्‌पिढ्या हे ज्ञान प्रवाहित होत गेले. मानवाने बुद्धिचातुर्यातून

अक्षरांना आकार दिला. मानवाने स्वर आणि व्यंजनांनाही अक्षराचे रूप दिले. आकार निश्चित करण्यासाठी हाताचा अंगठा आणि इतर बोटांचा उपयोग झाला. काळाच्या ओघात लेखनशैली विकसित झाली. प्राप्त ज्ञान भूर्जपत्रावर, ताम्रपत्रावर हातांच्या साह्याने लिखित स्वरूपात संरक्षित झाले. ज्ञानाच्या विनियोगातून ज्ञानाचा प्रसार झाला. ज्ञानाच्या कक्षा विस्तारित झाल्या. जगातील इतर देशांतही अशाच प्रक्रियेद्वारा त्यांच्या त्यांच्या वैशिष्ट्यपूर्ण अक्षरांच्या जुळणीतून निर्माण झालेल्या शब्दांत, अर्थात, भाषेत ज्ञान जतन करण्यात आले. परस्पर ज्ञान-विज्ञानाची देवाणघेवाण बोलण्यातून आणि लिखित ज्ञान वाचनातून भिन्नभिन्न भाषेत भाषांतरित होत गेली. ज्ञान आणि विज्ञानाद्वारे मानवाचे जीवन समृद्ध, वैभवसंपन्न झाले. या वैभवाचे मूळ स्रोत बोलता येणारे शब्द आणि लिहिलेले शब्द हे आहेत. हेच मानवी जीवनातील सुधारणांचे धर्म आणि संस्कृतीच्या विकासाचे आणि ज्ञानाच्या विज्ञानाच्या प्रकाशात न्हाऊन निघण्याचे रहस्य होय.

वाचनाची कला, लेखनाची कला, बोलण्याची कला ही मानवी इतिहासात ध्वनीच्या विकासातून, ध्वनीला अक्षररूपाने, जुळणीतून शब्दरूप देण्याच्या मानवी अनुभव क्षमतेचा परिणाम आहे. म्हणूनच शब्दाचे स्थान प्रभाव आणि सामर्थ्य मानवी जीवनात अत्यंत महत्त्वपूर्ण आहे.

जगद्‌गुरू संत तुकाराम आपल्या प्रस्तुत अभंगात शब्दाची शक्ती वर्णन करताना म्हणतात,

आम्हां घरी धन शब्दांचीच रत्नें। शब्दांचीच शस्त्रे यत्नें करू ॥

प्रस्तुत अभंगातील पहिल्या दोन चरणात महाराज म्हणतात, शब्द हीच धनसंपत्ती आहे आणि शब्दांचा वापर शस्त्राप्रमाणेही होतो. धनसंपत्तीमध्ये शक्ती असते तसेच शस्त्रामध्येही सामर्थ्य असते. संत तुकाराम महाराज म्हणतात, संतांच्या घरी शब्द हेच धन असून शब्दांचीच संपत्ती आहे. धनसंपत्तीमध्ये रत्न हे सर्वांत बहुमूल्य असते. महाराजांकडे असणारी शब्दसंपत्ती हेच रत्नांचे भांडार आहे. लौकिक जीवनातील सुवर्ण, हिरे, माणिक, मोती, रत्ने आम्हास निरुपयोगी आहेत, असे महाराज म्हणतात. छत्रपती शिवाजी महाराजांनी संत तुकारामांच्या घरी सोन्याचे दागिने, मोहरा इत्यादी पाठवल्या. परंतु, संत तुकारामांनी अत्यंत नम्रपणे ती संपत्ती परत केली. परत करताना, ही सर्व संपत्ती त्यांच्यासाठी मृत्तिकेसमान आहे असे छत्रपतींना सांगून वैराग्यवृत्तीचा परिचय दिला. शब्दविज्ञान हेच त्यांच्यासाठी खरी संपत्ती असून, त्याद्वारे शिकवणुकीच्या माध्यमातून मानवी जीवनाचे कल्याण करण्याचे बळ त्या शब्दरूपी धनात आहे, असे तुकाराम महाराज सांगतात. ही शब्दसंपत्ती हेच त्यांचे शस्त्रागार आहे. शब्दांचा वापर

प्रयत्नांनी शस्त्राप्रमाणे करता येतो. शब्दांएवढी धारदार शस्त्रे जगात कोणतीच नाहीत. शब्दांचे बाण मारून संत मानव जातीला त्रस्त करणाऱ्या काम, क्रोध, लोभ, मोह, मत्सर, द्वेष या षड्रिपुंचा विनाश करीत असतात. एवढे प्रचंड सामर्थ्य शब्दांतून व्यक्त होणाऱ्या ज्ञानाद्वारे करता येते. शब्द हे ज्ञानाचे वहन करतात. ज्ञानाची शक्ती जीवनातील आसक्तीचा भेद करून मानवाला परमार्थाचा मार्ग दाखवू शकते. अशाप्रकारे शब्दाचा वापर प्रयत्नपूर्वक, प्रभावीरीत्या करून ही शब्दरूपी शस्त्रे, संत मानवी जीवनाच्या कल्याणासाठी आणि उद्धारासाठी वापरतात. मानवी जीवनात मार्गदर्शन करून समाजावर उपकार करून योग्य मार्गावर वाटचाल करण्यास मानवास प्रवृत्त करणे, हेच संतांचे कार्य असते. संत, हे सामाजिक कार्य शब्दांची शस्त्रे प्रभावीपणे वापरून करीत असतात, असे येथे म्हटले आहे.

प्रस्तुत अभंगात शब्दाला चार उपमा दिल्या आहेत. 'धन', 'रत्न', 'शस्त्र', 'प्रयत्न'. धन हे सांसारिक सुख देणारे असते. परंतु, शब्दधन हे पारमार्थिक सुख देणारे असते. परमेश्वराचे नामसंकीर्तन शब्द उच्चारूनच होते. नामसंकीर्तनामुळे परमात्म्याची प्राप्ती होते, मोक्षाची प्राप्ती होते. यापेक्षा दुसरे कोणतेही सुख नाही. हे जीवनातील परमसुख असून हे सुख शब्दोच्चार आणि अर्थात नामःस्मरणाने होते. दुसरी उपमा रत्नाची आहे. मानव समाजात जी व्यक्ती सर्वश्रेष्ठ आहे, त्याला मानवातील 'रत्न' म्हणतात. गीतेतील विभूतियोगात भगवान श्रीकृष्णाने ज्या जातीतील, अर्थात प्रकारातील जे सर्वोत्तम आहे, त्याला रत्न म्हणून संबोधले आहे. उदा. हत्तीमध्ये ऐरावत तर घोड्यात उच्चैःश्रवा हा सर्वश्रेष्ठ आहे. सर्वश्रेष्ठ, सर्वोत्तम जे जे म्हणून जगातील भिन्नभिन्न प्रकारातील वस्तू किंवा प्राण्यात आहे, ते म्हणजे रत्न होय. संतांचे शब्द म्हणजे रत्न होय, हे शब्द आशयाच्या दृष्टीने जीवन परिवर्तनासाठी उपदेशाच्या दृष्टीने सर्वोत्तम असल्यामुळे शब्दांचे रत्नभांडार हेच आम्हा घरी अर्थात संतांच्या घरी ठासून भरलेले आहे. रत्नाचे दुसरे वैशिष्ट्य असे की, रत्नांमध्ये रोगनिवारक शक्ती असते. पूर्वीच्या काळी लोक काही विशिष्ट रोगांच्या निवारणासाठी रोगांनुसार वेगवेगळी रत्ने उदाहरणार्थ हिरा, मोती, माणिक, पाचू, मूंगा इत्यादी शरीरावर धारण करीत असत. येथे शब्दरत्नांची किमया अशी आहे की, शब्दांची औषध म्हणून योजना ही संसाररोग किंवा भवरोगाचे निवारण करण्यासाठी आहे. म्हणून शब्दरत्न धारण करणे, शब्दांचे चिंतन करणे, शब्दांचे मनन करणे, ध्यान करणे या उपायांनी मानव भवसागर पार करून जातो. संसारातील आसक्तीमुळे निर्माण झालेल्या व्याधींना दूर करण्याचे सामर्थ्य या शब्दरूपी रचनात आहे, असेही जगद्गुरू संत तुकारामांना येथे म्हणावयाचे आहे.

आता शब्दाला दिलेल्या शस्त्र या उपमेचा विचार करू. संत शब्दांना प्रयत्नपूर्वक शस्त्रात रूपांतरित करण्याचा प्रयत्न करतात. शस्त्राचे घाव भरून येतात, पण शब्दांचे

घाव भरून येत नाहीत. शस्त्रांच्या घावापेक्षा शब्दांचे घाव फार तीव्र आणि खोल असतात. येथे संत गोस्वामी तुलसीदासांचे उदाहरण घेता येईल. तुलसीदासांची नवविवाहित पत्नी माहेरी गेली होती. तुलसीदासांना पत्नीचा विरह सहन न होऊन अंधाऱ्या रात्री पाऊस पडत असताना, पत्नीला भेटण्यासाठी ते सासरी गेले. खिडकीतून लोंबणाऱ्या सापाला दोर समजून त्या दोराच्या साह्याने त्यांनी पत्नीच्या कक्षात प्रवेश करतात. एकूण परिस्थितीचे आकलन होऊन पत्नी म्हणाली, ''माझ्यावरील प्रेमासाठी एवढे धारिष्ट करून आपण प्राण संकटात घालून आला आहात. एवढे प्रेम जर प्रभुप्रति दाखविले असते तर जीवनाचे कल्याण झाले असते.'' तुलसीदासांना पत्नीचे हे शब्दबाण शस्त्रासारखे जिव्हारी लागले. त्याच पावली तुलसीदास परत फिरले. संसारातून विरक्त झाले. जीवितकर्तव्याचे भान जागृत झाले आणि तुलसीदासांचे 'संत तुलसीदास' झाले. दुसरे उदाहरण वाल्या कोळ्याचे आहे. वाल्याच्या कुटुंबीयांच्या 'आम्ही तुझ्या पापाचे धनी नाही.' या शब्दांनी वाल्यावर शाब्दिक शस्त्रप्रहार केला. वाल्याचा वाल्मीक ऋषी झाला. एवढे सामर्थ्य शब्द शस्त्राचे असते. नारद मुनींनी जीवनोध्दाराचा रामबाण 'राम' हा शाब्दिक मंत्र वाल्याला दिला. 'मरा मरा' या उच्चाराचा 'राम राम' असा उच्चार होऊन वाल्मिकी ऋषींचा दुसरा जन्म झाला. असा असतो शब्दरूपी शस्त्राचा प्रभाव.

यानंतरच्या चरणात *'शब्दचि आमुच्या जीवाचे जीवन'* असे महाराज म्हणतात. जीवन म्हणजे पाणी. जीवनासाठी पाणी आवश्यक आहे. पाण्याशिवाय जगणे दुरापास्त आहे. पाण्याशिवाय मासा जगू शकत नाही. माणूसही अल्पावधीनंतर पाण्याशिवाय जिवंत राहू शकत नाही. त्याचप्रमाणे शब्द हे संतांच्या जीवनातील जल आहे. शब्दाशिवाय संतांचे जीवन निष्प्रभ, अर्थहीन आहे, असेच महाराजांना वाटते. शब्दाशिवाय जीवन कंठणे कठीण आहे, अशी भावना महाराज या चरणात व्यक्त करतात. अज्ञानाचा अंधकार दूर करून शब्दांच्या प्रकाशात जीवनाचा मार्ग शोधणे, तो मार्ग जगापुढे प्रस्तुत करणे, हेच तर संतांचे जीवितकार्य आहे. साहित्याच्या निर्मितीतून विचारधन लोकांना वाटणे, हेच संतांचे कार्य असून संत समाजाचे समुपदेशन करण्यासाठीच ते पृथ्वीतलावर आलेले असतात. दुसऱ्या एका अभंगात महाराज म्हणतात, 'येथे आलो उपकारापुरता.' शब्दरूपी धन, विचार, संपत्ती लोकांना आम्ही वाटू, असे संत तुकाराम येथे प्रतिपादन करतात. विचारधन सामाजिक समतेचे असते. समाजातील दांभिकता निवारण्याचे असो, समाजातील दुष्ट अनिष्ट चालीरीतींच्या संबंधाचे असोत, ते शब्दाच्या फटकाऱ्याने शब्द शस्त्राच्या प्रहाराने दूर करण्याचे कार्य करण्याचा मानस महाराज या चरणात करतात. संत तुकाराम महाराजांनी हे कार्य त्यांच्या आयुष्यात केले आहे. जातिभेदाविरुद्ध महाराज म्हणतात, *'विष्णुमय जग वैष्णवांचा धर्म । भेदाभेद भ्रम अमंगळ.'* समाजातील अनेक अमंगल चालीरीतींविरुद्ध महाराजांनी आवाज उठविला. या कारणासाठी संत तुकाराम

महाराजांना 'विद्रोही तुकाराम' या नावानेही काही मान्यवर संबोधन करीत असतात. संत तुकारामांनी समाजातील ढोंगी आणि दुष्ट प्रवृत्तींवर शब्दांच्या शस्त्राचे प्रहार केले आहेत. त्यांच्या शब्दात विद्रोह करण्याचेही सामर्थ्य आहे. शब्दांचे आसूड तत्कालीन समाज व्यवस्थेवर मारण्याचे कार्य संत तुकारामांनी केले आहे. 'भले तरी देऊ कासेची लंगोटी । नाठाळाचे माथी देऊ काठी ।।' अशी भावनाही महाराज व्यक्त करतात. महाराजांनी नाठाळांसाठी अशा मजबूत शब्दरूपी काठ्यालाठ्या राखून ठेवल्या होत्या. द्रव्य घेऊन कीर्तन प्रवचन करणाऱ्यांसाठीही संत तुकारामांनी कोणाचीही भीड न बाळगता सांगून ठेवले आहे,

जेथे कीर्तन करावे । तेथे अन्न न सेवावे ॥
तटा वृषभासी दाणा । तृण मागो नये जाणा ॥

याच्यापुढे जाऊन महाराज म्हणतात,

तुका म्हणे द्रव्य घेती । देती तेही नरकां जाती ॥

महाराजांच्या या परखड शब्दरूपी प्रकारच्या अर्थाचा आशय समजून घ्यावा, अर्थात, कीर्तन करणाऱ्यांनी द्रव्याची मागणी करू नये. काळानुसार प्रवचन, कीर्तन करणाऱ्यांच्या, आधुनिक काळातील महाराजांच्या दैनंदिन सांसारिक गरजांची पूर्तता करण्याची, निदान किमान काळजी किंवा जबाबदारी समाजाने स्वीकारण्यात अयोग्य काही नाही, हे मी केवळ नमूद करू इच्छितो. संत तुकाराम महाराजांनी शब्दांचे घणाघाती घाव घातले आहेत. महाराजांनी तीर्थयात्रा, उपवास, वनात जाणे इत्यादींवर कडाडून शाब्दिक टीका केली आहे. अनेक अभंगात महाराज सगुण, साकार परमेश्वराचे गुणगान करतात. काही अभंगातून संत तुकाराम निर्गुण, निराकार परमेश्वराचा विचार मांडताना दिसतात. त्यांचे विठ्ठल भक्तिपर आणि सगुण साकार भक्तीचे अभंग मोठ्या प्रमाणावर आहेत. त्यात निर्गुण निराकार भक्तीचा विचार मांडलेला आढळतो. उदा.

तीर्थी धोंडा पाणी । देव रोकडा सज्जनीं ॥

अर्थात, तीर्थात काय पाणी आणि धोंडेच असतात. देव हा सज्जनांच्या ठायी असतो, असे महाराज एका अभंगात म्हणतात. संत तुकाराम त्यांच्या आणखी एका अभंगात पाषाणाच्या मूर्तीरूपी देवासंबंधी खालील उद्गार काढतात,

पाषाण देव पाषाण पायरी । पूजा एकावरी पाय ठेवी ॥

अशी अनेक उदाहरणे अभंग गाथेतील नमूद करता येतात.
दुसऱ्या चरणात महाराज म्हणतात, 'शब्दें वाटू धन, जनलोका' याचा भावार्थ असा

आहे की, माशाला जसे पाणी हेच जीवन आहे, पाण्याचा वियोग माशासाठी मृत्यूचे कारण आहे, तसेच शब्दांचा वियोग महाराजांसाठी प्राणघातकच आहे. महाराजांच्या अनुसार शब्दाशी अनन्यसंबंध असून नाम:स्मरणरूपी शब्द आणि महाराज अनन्य संबंधात आहेत, असे महाराज प्रतिपादन करतात. शब्द हे त्यांना प्राणप्रिय असे शब्द आहेत. शब्द वाटू याचा अर्थ शब्द जे की त्यांना जीवाचे जीवन वाटते ते जीवनच जगाला वाटून टाकू, असे महाराज या चरणात सांगतात. याचा अर्थ जीवनाचे सर्वस्व जगाला दान करू, लोककल्याणार्थ स्वतःचे संपूर्ण जीवन समर्पण करू, असे महाराज स्वतःचा मनोदय व्यक्त करतात.

अभंगाच्या शेवटच्या चरणात शब्दाला देवाची उपमा देऊन महाराज म्हणतात की, जशी आम्ही देवाची स्तुती करतो, देवावर जसे प्रेम करतो, देवाचा जसा गौरव करतो, देवाची जशी पूजा करतो, त्याचप्रमाणे शब्दांवर प्रेम करतो, शब्दांचा गौरव करतो, शब्दालाच देवरूप मानतो. देवाच्या पूजेप्रमाणे शब्दही पूजनीय आहेत. म्हणून शब्दांची पूजा करू, कारण शब्द हेच महाराजांसाठी दैवत आहेत. 'आमच्यासाठी शब्द हेच परब्रह्म आहे,' असे शेवटच्या चरणात संत तुकाराम महाराज शब्दमहिमा, शब्द माहात्म्य वर्णन करतात.

☆☆☆

४१

शेवटीची विनवणी । संतजनीं परिसावी ॥
विसर तो न पडावा । माझा देवा तुम्हांसी ॥
पुढें फार बोलों काई । अवघे पायीं विदित ॥
तुका म्हणे पडिलो पायां । करा छाया कृपेची ॥

संतांचा सर्वश्रेष्ठ गुण कोणता? त्याचे उत्तर आहे विनम्रता. जगद्‌गुरू संत तुकाराम संत शिरोमणी आहेत. त्यांच्या रोमारोमांत नम्रता भिनली आहे. याचा प्रत्यय गाथेतील अभंगांच्या शब्दाशब्दांतून व्यक्त होत असतो. विनय हा सज्जनांचा गुण आहे, नव्हे तो श्रेष्ठ गुण आहे. विद्वानांचे तर विनय हे भूषण आहे. *'विद्या विनयेन शोभते,'* असे म्हटले जाते. व्यक्ती विद्वान असेल आणि त्याच्यात नम्रता असेल तर तो मणिकांचन योगच होय. परंतु, तो सहसा आढळत नाही. माणसाला ज्या काही घटकामुळे अहंकार प्राप्त होतो, त्यापैकी ज्ञान हा एक आहे. दुसरे घटक संपत्ती, सत्ता, शारीरिक बल, सौंदर्य हे आहेत. तुकाराम महाराजांची विद्वत्ता, काव्य प्रतिभा त्यांच्या अभंगरचनेतून प्रकट झाली आहे. अभंग म्हटल्याबरोबर संत नामदेव महाराज आणि संत तुकारामांचे नाव ओठावर येते. बाकीच्या इतर संतांनीही अभंग रचना केली आहे. उदाहरणार्थ, संत जनाबाई, संत सेना महाराज, संत सावतामाळी, संत चोखामेळा, संत गोरोबा इत्यादी. संत ज्ञानेश्वर माउलीचे अभंगही सुप्रसिद्ध आहेत. परंतु, अभंग आणि तुकाराम महाराजांचे नाते अतूट आहे, अभंग आहे. संत तुकाराम महाराजांचे संपूर्ण अभंग मराठी सारस्वतात 'अभंगगाथा' या नावाने विराजमान आहे. गाथेचे स्थान वारकरी संप्रदायात अढळ आहे. तसेच संत तुकाराम महाराजही वारकऱ्यांच्या हृदयात अनेक शतकांपासून वास करून आहेत. पंढरपूरच्या वारीत सामील प्रत्येक वारकरी ओठात 'ज्ञानोबा तुकाराम' आणि कंठात संत तुकारामांच्या अभंगांचा गजर करीत विठ्ठलाच्या भेटीला नाचत गात,

धावत पळत असतात. हे पृथ्वीवरील अलौकिक दृश्य असून हे दृश्य अवलोकण्यासाठी स्वर्गस्थ सर्व देव आषाढी कार्तिकीच्या दिंड्यांचे सुंदर चित्र डोळ्यात साठविण्यासाठी प्रतिवर्षी येतच असणार. कारण हा योग दैवदुर्लभ असतो.

प्रस्तुत अभंगात पहिल्या चरणात महाराज म्हणतात, 'शेवटची विनवणी । संतजनीं परिसावी.' ही विनंती संतांप्रति आहे, तशीच ती देवाप्रतीही आहे. महाराज त्यांच्या एका अभंगात म्हणतात, 'संत तेचि देव । देव तेचि संत' अर्थात महाराजांच्या दृष्टीने संत आणि देवात द्वैत नाही. दोन्ही एकरूपच आहेत. संत ज्ञानेश्वर माउलींनी ज्ञानेश्वरी लिहून पूर्ण झाल्यानंतर पसायदानाच्या रूपात विश्वात्मक देवाकडे आणि गुरू निवृत्तिनाथांकडे प्रसादाची मागणी केली आहे. तुकाराम महाराजांनी कृपाप्रसादाची मागणी केली आहे. महाराजांनी अभंगांची रचना करून मानवजातीवर महान कृपा केली असून *'आता उरलो उपकारापुरता'* हा संकल्प पूर्ण केला आहे. त्यांची अभंगगाथा समस्त मानवजातीला जीवन व्यवहार, अध्यात्म, संतसंगती, विठ्ठलाची भक्ती तसेच नामसंकीर्तनाचे महत्त्व आणि उपदेशामृत देत आहे. त्यांनी मानवजातीला उपकृत केले आहे. हे महान कार्य केल्यानंतर त्यांनी संतांकडे तसेच संत ज्या समाजाचे घटक आहेत, प्रतिनिधी आहेत त्या समस्त समाजबांधवांनाही हात जोडून अत्यंत नम्रभावाने विनवणी केली आहे. विनवणी कशासाठी? तर त्यांचे विस्मरण होऊ नये यासाठी. त्यांचे विस्मरण म्हणजे त्यांच्या कार्याचे विस्मरण. त्यांचे कार्य कोणते? तर अभंगगाथेची निर्मिती. त्यांना विसरू नका, पर्यायाने त्यांच्या अभंगांना विसरू नका, असाच भावार्थ त्यातून स्पष्ट होतो. संत तुकारामांना जाऊन सुमारे ४२५ वर्षे झाली. या चारशे वर्षांपेक्षा अधिक कालावधीत जनमानसात त्यांची अभंगवाणी अभंग आहे आणि तुकोबाराय हेही अंतःकरणात प्रकट आहेत. इंद्रायणीत बुडवावी लागलेली गाथा जनमानसाच्या हृदयात सुरक्षित राहिली. कारण त्यांच्या हयातीतच त्यांचे अभंग जनमानसाच्या ओठी होते. इंद्रायणीतून गाथा तरली ही आख्यायिका हा श्रद्धेचा विषय आहे. तर्काच्या दृष्टीने विचार करताना जनसामान्यांना महाराजांचे अभंग मुखोद्गत होते. याचाही अर्थ असा होतो की, जनसामान्यांनी अभंगाचे रक्षण केले. हृदयाच्या कप्प्यात जतन करून ते तारले. त्या सर्व अभंगांना संग्रहित केल्यानंतर महाराजांच्या हयातीत अभंग गाथा पुन्हा प्रकटली किंवा रुढार्थाने तरली.

आज एकविसाव्या शतकात महाराष्ट्रात जनसामान्य प्रामुख्याने ग्रामीण भागात आणि विशेषतः वारकरी संप्रदायात महाराजांचे अभंग कायम आहेत. महाराजांना कोणीही विसरलेले नाही. महाराजांच्या विनंतीला जनमाणसाने प्रचंड प्रमाणात प्रतिसाद दिला आहे. उत्तरोत्तर वाढणाऱ्या वारीतील दिंड्यांची संख्या, अलीकडील काळातील तरुण वर्गाचा दिंडीतील सहभाग, दरवर्षी वारीत सामील होणाऱ्यांची वाढती संख्या

काय दर्शविते? संतांचे स्मरण मराठी माणसात वाढतच चालले आहेत. दरवर्षी वारीत सामील होणाऱ्या वारकऱ्यांच्या संख्येत लाखोनी भर पडत आहे. पंधरा-वीस लाखांचा प्रचंड समुदाय वारीत सामील होतो, पंढरपुरात येतो. चंद्रभागेच्या तीरी वाळवंटात रात्रीच्या वेळी चंद्राच्या मधुर चांदण्यात कीर्तनाचा सोहळा रंगतो. संतांचे अभंग निरूपणासाठी घेतले जातात. टाळकरी मृदंग वादक आणि भजनी मंडळ महाराजांना कीर्तनात साथ देतात. गोड आवाजात अभंग आळवितात. हा कीर्तन सोहळा म्हणजे भक्ताची संतांसोबतची कीर्तन लीलाच होय. द्वापारयुगात रासलीलेत गोपीच्या रूपाने पूर्वजन्मीचे ऋषीमुनी श्रीकृष्णाभोवती फेर धरून नाचत, त्या रासलीलेची आठवण कीर्तनातील दंग टाळकऱ्यांच्या तल्लीनतेतून जाणवते. ते महाराजांच्या भोवती कडे करून नाचतात, गातात. त्यांना पाहून वृंदावनात श्रीकृष्णाच्या भोवती फेर धरून पराकोटीच्या प्रेमाचा प्रत्यय देणाऱ्या गोपिकांसदृश्य कीर्तनाच्या रंगात रंगून गेलेल्या वारकऱ्यांच्या आविर्भावातील भक्तीच्या दर्शनाने होत असते, अशी तुलना करण्याचा मोह माझ्या लेखणीला होत आहे, हे नमूद करतो.

कीर्तनासाठी प्रामुख्याने भक्तिमार्गाचे माहात्म्य सांगणाऱ्या अभंगाची निवड केली जाते. गावागावांतील देवळात, मंदिरात, मठात आणि सार्वजनिक ठिकाणी कीर्तनाचे आयोजन केले जाते. तिथे अधिक प्रमाणावर संत तुकारामांच्या अभंगावर निरूपण केले जाते, हे काय दर्शविते? संत तुकारामांचे अभंग लोकांच्या आजही स्मरणात आहेत. ते निश्चितच स्मरणात राहतील. जोपर्यंत पंढरपूरचा विठोबा विटेवरी उभा आहे, वारीत सामील होणाऱ्या दिंड्या आहेत, श्रद्धाळू वारकरी आहेत, पंढरपूर आहे आणि चंद्रभागा प्रवाहित आहे, तोपर्यंत संतांच्या अभंगाचा गजर दिवसेंदिवस दुमदुमतच राहणार आहे. त्यांचे विस्मरण होण्याचा प्रश्नच उद्भवत नाही.

हे झाले महाराष्ट्रापुरते. संत तुकारामांच्या अभंगाचा अर्थ लावण्याचे कार्य विद्वज्जन, संतसाहित्याचे अभ्यासक, विद्यापीठातील संशोधक अहोरात्र आजतागायत करीत आहेत, करीत राहणार आहेत. अभंगातून नित्य नवीन अर्थ शोधणार आहेत. हे कार्य अव्याहत चालू असून, ते सातत्याने कायम राहणार आहे. संत तुकाराम महाराजांच्या अभंगांचा अर्थ लावणे हे 'येऱ्या गबाळ्याचे काम नाही' कारण महाराज एका अभंगात म्हणतात, *'वेदांचा तो अर्थ आम्हासीच ठावा । येरांनी वाहावा भार माथा ।।'* संत तुकाराम महाराजांच्या चार चरणांच्या अभंगात वेदउपनिषदांचे तत्त्वज्ञान सामावले आहे. हे नवनीत, विचारमंथन, चिंतन आणि मनन ज्ञानार्जन करून काढण्यासाठी रात्रंदिवस जगातील अनेक विद्यापीठांत परिश्रम घेत आहेत. हे कार्य जोपर्यंत चालू आहे, तोपर्यंत संत तुकारामाचे विस्मरण होऊच शकत नाही. कारण त्यांच्या अभंगांच्या रचनेत प्रचंड शक्ती आहे. सामर्थ्य आहे जे चिरकाल टिकणारे आहे. दुसऱ्या चरणात महाराज

देवाला साकडे घालताना मागणी करतात, *'विसर तो न पडावा । माझा देवा तुम्हासी.'* देवाला संतांचा विसर पडूच शकत नाही. कारण संत ही देवाची लाडकी बाळे आहेत. महाराज एका अभंगात म्हणतात,

'तुका म्हणे आम्ही बाळे । या देवाची लडिवाळे ।।'

आईला लेकराचा कधीच विसर पडू शकत नाही. त्याचप्रमाणे विठू माउलीला त्यांच्या संतरूपी लेकरांचे विस्मरण कधीच होणार नाही. हे महाराजांना माहीत नाही अशातला भाग नाही. केवळ खुंटा हलवून घट्ट करण्याचा हा प्रकार म्हटला पाहिजे. महाराजांचा भाव 'देवा तू मला विसरणार तर नाहीस ना?' असा प्रश्न विचारून देवाच्या मनात स्वतःचे स्थान दृढ करण्यासाठीची चाचपणी या स्वरूपाचे हे उद्गार आहेत, असा माझा समज आहे.

महाराज तिसऱ्या चरणात म्हणतात, आता अधिक काही बोलण्याची आवश्यकता नाही. महाराजांच्या म्हणण्याचा आशय संतांना आणि देवाला कळतो. हा विश्वास महाराजांनाही आहे. शेवटच्या चरणात महाराज म्हणतात, *'तुका म्हणे पडिलो पायां । करा छाया कृपेची ।।'* सर्वच संतांच्या व्यक्तिमत्त्वातील वैशिष्ट्य लीनता ही आहे. पाया पडणे ही कृती शरणागत भाव व्यक्त करते. परस्परांप्रति समभाव, प्रीती आणि आत्मीयता प्रकट करणारी कृती म्हणून परस्परांचा पादस्पर्श करणे, याचा उल्लेख करावा लागेल. समस्त वारकरी संप्रदायात हे वैशिष्ट्य संतांच्या वर्तणुकीतून अभिसरित झाले आहे. डोके हे बुद्धीचे निदर्शक आहे. ते मूर्तीसमोर, गुरूंसमोर किंवा संतांच्या पायावर टेकविणे याचा अर्थच अनन्यभाव किंवा शरणागत भाव व्यक्त करणे होय. वारीतील वारकरी परस्परांच्या पदस्पर्शाबरोबर आलिंगन देणे, फुगडी खेळणे, फेर धरणे या कृतींतून समभावाचे दर्शन घडवीत असतात. शरणागत भाव व्यक्त करताना आशीर्वादाची अपेक्षा असते. मानवी जीवनात सर्वाधिक दुर्मिळ आशीर्वादाची प्राप्ती आहे. आशीर्वाद देणे आणि आशीर्वाद प्राप्त करणे प्रामुख्याने हिंदू धर्माचे एक प्रमुख वैशिष्ट्य मानले पाहिजे. वडीलधाऱ्यांच्या पायांना स्पर्श करून त्यांचे आशीर्वाद प्राप्त करणे हा हिंदूधर्मीयांचा अत्यंत उत्कृष्ट कौटुंबिक संस्कार आहे. आशीर्वादाचे बळ प्राप्त झालेल्या व्यक्तीचा आत्मविश्वास वाढतो आणि अंगीकृत कार्यात त्याला यश प्राप्तीसाठी आशीर्वाद साह्यभूत ठरतो. म्हणून शरणागत व्यक्ती आशीर्वादाच्या अपेक्षेने वडीलधाऱ्यांचे, थोरामोठ्याचे, गुरूचे, संतांचे आणि अधिकारप्राप्त व्यक्तींचे पादस्पर्श करतात. महाराजांची ही शेवटच्या चरणात व्यक्त झालेली कृती ही त्याच अनुषंगाने केलेली आहे. संत प्रेमभावनेतून आशीर्वाद देत असतात. महाराज या चरणात *'पडिलो पायां'* असे उद्गार काढून आशीर्वादाची याचना संतांकडे करतात.

संतांचे आशीर्वाद प्राप्त झाल्यानंतर प्रभुकृपा होण्यास विलंब लागत नाही. संतांचे आशीर्वाद हे संतांकडून प्राप्त झालेले शिफारसपत्रच आहे. ही आशीर्वादरूपी साधने प्राप्त झाली असता परमात्म्याचे कृपारूपी साध्य प्राप्त करणे सुलभ होते. *'करा छाया कृपेची'* अर्थात कृपारूपी सावली महाराजांना संतांकडूनही हवी आहे आणि विठ्ठलाचीही पाहिजे आहे. संत आशीर्वादाची कृपा करतात, तर देव कृपेची सावली भक्तावर पसरवितात. देवाची कृपा झाली असता अतिदुर्मीळ देवाचे दर्शन घडते. प्रभू दर्शन, प्रभुकृपेशिवाय होऊच शकत नाही. भले अनुष्ठान, तपाचरण, वनवास गमन आदी काहीही करा, प्रभूची कृपा होणे यावरच प्रभू दर्शन शक्य आहे. परमात्म्याची प्राप्ती हेच जीवनातील सर्वश्रेष्ठ उच्चतम ध्येय आहे. महाराज या चरणात परमेश्वराची कृपादृष्टी नव्हे, तर परमेश्वराच्या कृपेच्या छायेची मागणी करतात.

ज्याला परमेश्वराची छाया प्राप्त झाली, त्याला या जगात दुसरे काहीही मिळविण्यासाठी शिल्लक राहत नाही. परमेश्वराची छत्ररूपी सावली ही भाग्यवंतालाच प्राप्त होत असते. ही सावली परमेश्वराच्या भक्तावरील वात्सल्य भावनेतूनच प्रकट होते. परमेश्वराकडे जगद्गुरू संत तुकाराम महाराज संतांना आणि देवाला वात्सल्याच्या वर्षावाची मागणी करतात, विनवणी करतात.

भक्त जेव्हा अत्यंत उत्कट भावनेने परमेश्वराकडे विनवणी करतो, तेव्हा ती उत्कटता परमेश्वराला तटस्थ राहू देत नाही. त्याचे कारण असे की, भगवंत भक्तवत्सल आहेत, तसेच ते भक्त पराधीनही आहेत. भक्ताची भक्ती, भक्ताचा शरणभाव, परमेश्वराप्रति असलेले पराकोटीचे प्रेम परमेश्वराला वैकुंठाहून पृथ्वीतलावर भक्ताच्या आलिंगनासाठी येण्यास भाग पाडते. संत तुकाराम महाराजांची भक्ती संत तुकाराम महाराजांचे विठ्ठलप्रेम आणि अनन्यभावाने परमेश्वराच्या गुणांचे गायन परमेश्वराला देहू येथे खेचून आणण्यास कारणीभूत ठरले. भक्तभेटीची तळमळ वैकुंठीच्या राणास स्वस्थ बसू देत नव्हती आणि महाराजांची शेवटची विनवणी संतांच्या आशीर्वादाने फलश्रूत झाली. महाराजांना परमेश्वराच्या कृपासावलीत परमेश्वराचे गुणगान करण्यासाठी वैकुंठाचे बोलावणे आले आणि त्यानुसार महाराजांनी वैकुंठाला प्रस्थान केले.

☆☆☆

लेखक परिचय

प्रा. सुरेश भास्करराव गर्जे

एम.ए.,बी.एड., निवृत्त प्राध्यापक,

महाराष्ट्र उदयगिरी महाविद्यालय, उदगीर,

मोबाईल नं. : ९१५६५५६२३०

- ✍ महाराष्ट्र उदयगिरी महाविद्यालय, उदगीर येथे प्रदीर्घ काळ अध्यापन
- ✍ मराठी भाषेतून समाजप्रबोधनात्मक लेखन
- ✍ मराठी, हिंदी , इंग्रजी साहित्याचा अभ्यास
- ✍ आध्यात्मिक विषयांवर वैज्ञानिक दृष्टिकोनातून लेखन
- ✍ वाचन, लेखन, वक्तृत्व, सामाजिक उपक्रमांत सहभागाची आवड
- ✍ संस्कृत भाषाअभ्यासाची आवड

प्रकाशित पुस्तके

- ✓ ईशोपनिषद (महात्मा नारायण स्वामी लिखित) या ग्रंथाचा मराठी अनुवाद
- ✓ भावार्थ पसायदान व हरिपाठसार
- ✓ अमृतचिंतन
- ✓ कृष्णं वंदे जगद्गुरूम्
- ✓ लोकजागर (विचारप्रवर्तक लेखांचा संग्रह)
- ✓ भज गोविंदम् (मराठी भाष्य)
- ✓ रामराज्य
- ✓ तुका आकाशाएवढा
- ✓ ईशोपनिषद (मराठी अनुवाद)

आगामी प्रकाशने

- ✓ दिव्यत्वाची जेथ प्रतीती
- ✓ जीवनसरिता
- ✓ गीताज्ञानामृत
- ✓ हिंदूबंधुत्व
- ✓ नातीगोती
- ✓ महात्मा बसवेश्वर

पुस्तकप्रकाशितकरणंझालंसोपं

अर्थात

#AnyoneCanPublish

अंतर्गत प्रकाशित झालेली पुस्तकं

अनु.क्र.	पुस्तकाचे नाव	लेखकाचे नाव	किंमत
१.	पौर्णिमेच्या कथा	चिंतामणी देशपांडे	१३०/-
२.	मनाच्या आरश्यात	प्रिया खैरे पाटील	२४०/-
३.	मनतरंग	प्रिया खैरे पाटील	१३०/-
४.	दृष्टी	कांचन शेंडे	१९०/-
५.	चित्रकर्मी	आशिष निनगुरकर	२९९/-
६.	माझी भटकंती	दिलीप वैद्य	१५०/-
७.	आत्मसंवाद	रमेश राठोड	१३०/-
८.	साद	पुष्पा तारे	१६०/-
९.	भुकेलेल्या देशाची कृषि महासत्तेकडे वाटचाल	अनिल शिंदे	२६०/-
१०.	वाट चालता चालता	पुष्पा सराफ, रोशनी सराफ, नक्षत्रा सराफ	१३० /-
११.	पाऊलवाटेवर चालताना	सुचेता अवसरे	१३०/-
१२.	कृष्णं वंदे जगद्गुरूम	श्यामसुंदर राठी	१९९/-
१३.	बापा तुझं आभाळ	हनुमंत भवारी	१३०/-
१४.	रुपक कथा	शशांक देव	९९/-
१५.	केशव-लक्ष्मी कृपा	राधिका श्रीराम घोरपडे	१३०/-

१६.	शिंपल्यातील मोती	अंजना चौगुले-चावरे	१९९/-
१७.	प्रपात	प्रणव लेले	१२५/-
१८.	‘जागृती’तून जागृतीकडे	जयश्री काळे	३८०/-
१९.	गंधाळलेली फुले	यशवंत पाटील	१९०/-
२०.	भवताल	मनीषा आवेकर	१८०/-
२१.	सामर्थ्य विचारांचे	सतीश सूर्यवंशी	२५०/-
२२.	अभिनयांकित	जयश्री दानवे	२५०/-
२३.	मोलाची ठेव	कृष्णा पाटील	२२८/-
२४.	बासरी	किरण वेताळ	१२५/-
२५.	द जेनेटिक वेडिंग रिंग	मंदार मुंडले	९९/-
२६.	फुलांच्या दुनियेत	मृणाल तुळपुळे	१७०/-
२७.	Incremental learning of Electricity Smart Meter Data	Archana Y. Chaudhari Preeti Mulay	850/
२८.	छोड अकेला फिर जाओ	उर्मी रुमी	१७०/-
२९.	प्रवासातून प्रबोधन	श्रीराम भास्करवार	१९०/-
३०.	गढीवरच्या आईसाहेब	डॉ. यशवंत पाटील	१५०/-
३१.	भरून येणाऱ्या डोळ्यांतून	अरुणकुमार जोशी	१२०/-
३२.	द्रौपदीबाई पठाण	प्रिया गोगावले-विखे	१६०/-
३३.	मुरडण	बालाजी मदन इंगळे	१३०/-
३४.	अन्नगाथा	डॉ. मृणाल पेडणेकर	१४०/-
३५.	विवेकवेल	वसंत गायकवाड	४९९/-
३६.	व्यक्तिमत्त्व विकासाचा कोलाज	विनोद बिडवाईक	२००/-
३७.	निवडक डॉ. गिरीश दाबके	डॉ. गिरीश दाबके	५२०/-
३८.	कवडसे	डॉ. अरविंद वैद्य	३५०/-

३९.	रुबाब	अमोल सोंडकर	१४०/-
४०.	Titan slayers	Soha Mehendale	180/-
४१.	An Eternal	Dr. Arjun Shirsath	140/-
४२.	Karmaveer Bhaurao Patil : Life and work of a rebel	Bharat Kavathekar	190/-
४३.	महासत्तेच्या वाटेवर	युवराज कोरे	१४०/-
४४.	घेरं	वासुदेव डहाके	६७०/-
४५.	स्वयंविकासाची स्वयंप्रेरणा	विनोद बिडवाईक	२२०/-

www.ingramcontent.com/pod-product-compliance
Lightning Source LLC
LaVergne TN
LVHW021112300926
849160LV00009B/698
* 9 7 8 8 1 9 6 2 3 4 5 4 6 *